பிறை நிலா

சிறுவருக்கான இலக்கியம்

Crescent Moon - Rabindranath Tagore

தமிழாக்கம் -
திருமதி. வானதி ஜெயராமன்

INDIA · SINGAPORE · MALAYSIA

Contents

அணிந்துரை

"மகிழ்ச்சி என்பது பிறருக்கு ஈவதில் உள்ளது, பிறரிடமிருந்து பெறுவதில் அல்ல"

இக்கூற்று உண்மையே என்பது போல் திருமதி. வானதி ஜெயராமன் தன் வாழ்க்கையில் சந்திக்கும் ஒவ்வொருவருக்கும் பெருமகிழ்ச்சியுடன் உதவி வருபவர்.

வகுப்பறையின் நான்கு சுவர்களுக்குள் அடங்கி விடுவதல்ல கல்வி என்பது அவருடைய கருத்து, கல்வியின் முக்கியத்துவத்தை வலியுறுத்தும் அதே வேளையில், உலகளாவிய பார்வை, அன்றாடம் நடக்கும் நிகழ்வுகளைத் தெரிந்து வைத்துக் கொள்ளுதல், ஒழுக்கம் மற்றும் நன்னடத்தை முறைகளின் தேவைகளைக் குறித்தும் வலியுறுத்துகிறார்.

திருமதி. வானதி தனது மாணவர்களுக்குப் பயன்தரக்கூடிய எந்தவொரு செயலையும் செய்து முடிக்காமல் விட மாட்டார். மாணவர்களின் விருப்பத்திற்கு உரியவராகத்திகழும் அவர், தமது விடாமுயற்சி, உறுதிப்பாடு, அடக்கம் ஆகிய நற்பண்புகளின் மூலம் அவர்களுக்கு முன்மாதிரியாகவும் திகழ்கிறார். அறிவுத்தாகம் கொண்ட மாணவர்கள் எளிதில் அணுகக்கூடியவராகவும் உள்ளார். மாணவர்களுக்கு இளம்வயதிலேயே சரியான ஆலோசனைகள் மற்றும் வழிகாட்டுதல்களை வழங்கினால், வாழ்வின் சிகரத்தைச் சென்றடைவார்கள் என்ற நம்பிக்கை கொண்டவர்.

தமது துடிப்பான ஆளுமையினாலும், உறுதியான கருத்துக்கள் மற்றும் தெரியாத செய்திகளைக் குறித்துத் தெரிந்து கொள்ளும் வரையிலான தேடலினாலும் நவீன இந்தியாவின் செறிவான பெண்மணியாக உருவாகியுள்ளார்.

மிகக் குறுகியகாலமே நாங்கள் ஒன்றாகப் பணியாற்றியிருந்தாலும், நவில் தொறும் நூல் நயம் போலும், இருநிலம் பிளக்க வேர் விழந்ததுமான நட்பு எங்களுடையது. தமிழ்மொழி எவ்வாறு அவரது உயிரோடும், உணர்வோடும் பிரிக்க இயலா வண்ணம் கலந்து விட்டிருக்கிறது என்று

முழுமையாக அறிந்து கொள்ளும் வாய்ப்பு எனக்கு நிறையவே கிடைத்தது. தமிழ்மொழியின் வளர்ச்சிக்குத் தம்மால் இயலும் வழிகளிலெல்லாம் முயற்சி செய்கிறார். தமிழில் தான் கற்றவற்றையும், தமிழ்மொழி பற்றித் தான் அறிந்தவற்றையும் தாம் சந்திக்கும் அனைவரிடமும் பெருமிதத்தோடு பகிர்ந்து கொள்கிறார். கவிதை எழுதும் ஆற்றல் பெற்றவர். எந்தப்பொருளாயினும் அதன் மீதான தனது கருத்துகள் மற்றும் விமர்சனங்களைத் தெரிவிப்பதில் வெளிப்படையானவர். அவரது படைப்புகள் குறிப்பிடத்தக்கவை. மொழி ஆர்வலர்களுக்கு வழங்குவதற்கான புதிய சிந்தனைகளைக் கொண்டவர்.

நம் மக்கள் இரவீந்திரநாத் தாகூரின் படைப்புகளைப் படித்து, அதன் படிமப் பொருள்களின் இன்பத்தை நுகர வேண்டும் என்ற ஆர்வத்தில் அவர் எழுதிய நூல்களைத் தமிழாக்கம் செய்துள்ளார். "சுற்றித் திரிகின்ற பறவைகள்" "பிறை நிலா" என்ற தலைப்புகளில் அவர் மொழி பெயர்த்துள்ள அந்நூல்கள் ஆழம் காணவியலாத அவரது கற்பனை வளத்தையும், படைப்பாக்கத்திற்கான அவரது பசியையும் வெளிப்படுத்துகின்றன. இந்த மொழி பெயர்ப்புகள் நிச்சயமாக திருமதி. வானதியின் மகுடத்தில் புதிதாய்ச் சேர்ந்த பொன்தூரவலாகும்.

இன்றும் கற்பதில் தமக்குள்ள ஆழமான ஆர்வத்தால் திருமதி. வானதி அனைத்துத் தடைகளையும் உடைத்து, விரைவிலேயே உன்னதமான உயரத்தைச் சென்றடைவார். தமிழ் இலக்கிய உலகில் தமக்கானதோர் இடத்தைப் பெறுவார் என்று உறுதிபடச் சொல்ல முடியும். தொடர்ந்து கற்றல், மற்றும் உற்சாகம், உறுதி, நிலைத்ததன்மை, வீரம் ஆகிய பண்புகளாலும் திருமதி. வானதி தாம் செய்யும் செயல் எதுவானாலும், செல்லும் இடம் எதுவானாலும் தன்னை நிலைநிறுத்திக் கொள்வார் என்று நிச்சயமாகச் சொல்லலாம். எதிர்காலத்தில் அவர் தமது படைப்புகளுக்காகப் பாராட்டுதல்களைப் பெறும் வகையில் இறைவன் அவருக்கு உடல்நலத்தை வழங்குவாராக.

திருமதி. இதயா

"THINGS TURN OUT BEST FOR THE PEOPLE WHO MAKE THE BEST OF THE WAY THINGS TURN OUT" —-JOHN WOODEN

As the proverb says **PARITHI** is such a person for all the best things coming along his way.

As his English Teacher it's my pleasure to share my views about him. I take this opportunity to wish him all the very best in all his endevoures.

PARITHI is a gifted child with full fledged

Enthusiasm, extraordinary creativity, persistence, Self confidence and no doubt he is an action habit personality.

He is an adventurous child always ready to seek something strange and explore it to the extreme core. He is a self belief child who gains his knowledge by having a passion for reading and surfing the google. He is also an innovative artistic child.

The greatest gift any student could ever give a teacher is to love to learn and to strive to achieve.

I feel PARITHI has a long way to succeed and already he has begun to travel in the right path with very good guides amongst his family members.

"A PERSON WHO FEELS APPRECIATED WILL ALWAYS DO MORE THAN WHAT IS EXPECTED............

ALL THE VERY BEST FOR YOUR JOURNEY PARITHI

WITH WARM WISHES AND REGARDS

Mrs. SHANTHI.G .MA;B.Ed

ஓவியரைப் பற்றிச் சிலவரிகள்

தாகூரின் "crescent moon" நூலை நான் மொழி பெயர்த்த பொழுது, அது சிறுவருக்கான நூல் என்பதால் என் பேரன் பரிதியை அவ்வப்போது கூப்பிட்டு ஒரு சில பாடல்களைப் படித்துக் காட்டி அதற்கு விளக்கம் தந்து அதன் இனிமையை உணர வைப்பதுண்டு. ஒரு முறை அந்தப் பாடல்களைத் திருப்பிப் பார்த்துக் கொண்டிருந்த போது, என் அருகில் அமர்ந்து, "இது என்ன பாடல்?" என்று கேட்டான்.

"உன்னைப் போல் ஒரு சிறுவன் ஆற்றுநீரில் காகிதப்படகு விடுவதைப் பற்றித் தாகூர் எவ்வளவு நேர்த்தியாக எழுதியிருக்கிறார் பார்" என்றேன்.

உடனே எழுந்து ஓடிச் சென்று அவனுடைய ஆங்கிலப் புத்தகத்தை எடுத்து வந்தான். அதைப் பிரித்து, "இங்கே பார்த்தாயா? அதே பாடல் தான் இது. அதற்கு நான் வரைந்த படம் இது? என்று கூறி அவன் வரைந்திருந்த படத்தையும் காட்டினான். அவனுடைய ஆசிரியர் அந்தப் படத்தின் கீழ் வெகுவாகப் பாராட்டி எழுதியிருந்தார்கள். மேலும் அவன் சொன்னான், "எங்கள் ஆசிரியர் இந்தப் பாடலில் இருக்கும் Life Skill பற்றியும் சொல்லிக் கொடுத்தார்கள்" என்றான்.

அப்பொழுதுதான் அந்த எண்ணம் என்னுள் உதித்தது. நான் கேட்டேன், "கண்ணா, நான் வெளியிடப் போகும் இந்த நூலுக்கு முகப்புப்படத்தை நீ இதே போல் வரைந்து தருகிறாயா? என்று.

அடுத்த நொடியே அவன் எழுந்து ஓடிச் சென்று ஓவியம் தீட்டத் தேவையான அனைத்தையும் கொண்டு வந்து வைத்து, வரையத் தொடங்கினான். தொடர்ந்து வரைந்து முடித்து என்னிடம் தந்து, "இது போதுமா?" என்று கேட்டான்.

அவனுடைய அந்த முயற்சியும் செயல் வேகமும் என்னைப் பரவசப்படுத்தியது. மனதில் சொல்ல முடியாத பூரிப்பு எழுந்தது. இந்த நூல் உலகம் முழுவதும் செல்லும். தமிழ் அறிந்தோர் தமிழின் தரம் அறிந்தோர் அறிந்து கொள்ள வேண்டும் என்ற ஆர்வமுடையோர் பலருடைய கரங்களிலும் இது தவழக்கூடும்.

"காக்கைக்கும் தன் குஞ்சு பொன்குஞ்சு" என்பார்கள். அதற்கேற்ப நானும் அவன் வரைந்த ஓவியத்தையே சிறந்த ஓவியமாக எண்ணி முகப்பு ஓவியமாகக் கொடுத்திருக்கிறேன்.

அவனது முயற்சி பாராட்டப்பட வேண்டும். மேலும் அவன் வாழ்வில் துணைவரப்போகும் ஓவியக்கலையின் வளர்ச்சிக்கு இதுவே ஒரு தொடக்கப்புள்ளியாக அமைய வேண்டும் என்பது என் அவா.

திருமதி. வானதி ஜெயராமன்

நன்றியுரை

இந்நூல்கள் இவ்வளவு சிறப்பாக வெளிவர உதவியவர்கள் பலர், அவர்களுக்கெல்லாம் நான் நன்றி கூறக் கடமைப்பட்டிருக்கிறேன். நான் எழுதியதையெல்லாம் மின்தட்டச்சு செய்து கொடுத்த திருமதி. இந்து, அவற்றை வரிசையாக முறைப்படுத்தி பதிப்பகத்தாருக்கு அனுப்பி உதவிய திருமதி மீனா சரவணன், என்னைக் குறித்து அறிமுக உரை எழுதிய திருமதி. இதயா, திருமதி. சுசிலாமேரி நூல்களுக்கு முகப்பு ஓவியம் தீட்டிக் கொடுத்த பரிதி, அவனைப் பற்றி அறிமுக உரை எழுதிய அவனுடைய ஆசிரியர் திருமதி. சாந்தி, இந்நூல்களை மிகச் சிறப்பாக அச்சிட்டு வெளிக்கொணர்ந்த **NOTION** பதிப்பகத்தார், மற்றும் எனக்குத் தேவைப்பட்ட உதவிகளையெல்லாம் செய்து கொடுத்த என் குடும்பத்தினர் அனைவருக்கும் எனது உளங்கனிந்த நன்றியினைத் தெரிவித்துக் கொள்கிறேன்.

நன்றியுடன்,
வானதி ஜெயராமன்

1. வீடு

ஓர் உலோபியைப் போல,
தன் பொன்னான கடைசி ஒளிக்கதிரை
மறைத்துக் கொண்டிருந்த அந்திநேரத்தில்,
வயலினூடே அமைந்திருந்த பாதையிலே
நான் தனியாக வேகத்தைக் கூட்டி நடந்து கொண்டிருந்தேன்.
பகல் ஒளி ஆழமாய், இன்னும் ஆழமாய்
இருளில் மூழ்கிக் கொண்டிருந்தது.
அறுவடை முடிந்த பின்
விதவை விளைநிலம் அமைதியாக இருந்தது.

திடீரென்று ஒரு சிறுவனிடமிருந்து
காதைத் துளைக்கின்ற குரலொலி வானில் எழுந்தது.
ஓசை அடங்கிப்போன மாலைப் பொழுதில்,
தன் பாடலின் தடம்பதித்து,
கண்களுக்குப் புலப்படாத இருளில் அவன் கடந்து சென்றான்.
கரும்புத் தோட்டத்திற்கப்பால்,
விண்மீன் ஒளியில் எனது தனிமையான பாதையிலே,
வாழை மரங்கள், மெலிதாய் நீண்டு வளர்ந்திருந்த
பாக்கு மரங்கள், தென்னை மரங்கள்,
அடர்பச்சை நிறமுள்ள பலாமரங்கள்
இவற்றின் நிழலிலே, தரிசு நிலத்தின் எல்லையிலே
அவனது கிராமத்து வீடு அமைந்திருந்தது.

விண்மீன் ஒ எனது தனிமையான பாதையிலே,
கணநேரம் நின்றேன் நான்.

தொட்டில்களும், மெத்தைகளும்,
அன்னையரின் இதயங்களும்,
மாலை நேர விளக்குகளும்,
உலகிற்கு எந்தப் பயனும் தராத
பொருளற்ற மகிழ்ச்சியில் வாழ்கின்ற
இளையோரும் ஆகிய இவை அனைத்தையும்
கொண்டிருக்கிற வீடுகளைப் பெற்றிருக்கும்,
இருள்படிந்த இந்த பூமி என் முன்னே
பரந்து கிடப்பதைக் காண்கிறேன்!

2. கடற்கரையின் மீது

முடிவில்லா உலகங்களின் கடற்கரையின் மீது
குழந்தைகள் சந்தித்துக் கொள்கிறார்கள்.

தலைக்குமேல் அசைவற்று நிற்கும் எல்லையில்லாத வானம்,
மூர்க்கத்தனமாகக் கூச்சலிடுகின்ற அமைதியிழந்த நீர்ப்பரப்பு.
முடிவில்லா உலகங்களின் கடற்கரையின் மீது
மகிழ்ச்சி ஆரவாரத்துடனும் நடனத்துடனும்
குழந்தைகள் சந்தித்துக் கொள்கிறார்கள்.

அவர்கள் மணலில் தங்கள் வீடுகளைக் கட்டுகிறார்கள்.,
எளிமையான சிப்பிகளை வைத்து விளையாடுகிறார்கள்.,
உதிர்ந்து போன இலைகளைக் கொண்டு
தங்கள் படகுகளைச் செய்கிறார்கள்.,
புன்சிரிப்புடன் அவற்றைப் பரந்த கடலின் மீது
மிதக்க விடுகிறார்கள்.,
உலகங்களின் கடற்கரையின் மீது
குழந்தைகள் தம் விளையாட்டை விளையாடுகிறார்கள்.

எப்படி நீந்துவது என்று அவர்களுக்குத் தெரியவில்லை,
எப்படி வலை வீசுவது என்று அவர்களுக்குத் தெரியவில்லை.
முத்துக் குளிப்போர் முத்தெடுக்க நீரில் மூழ்குகிறார்கள்.
வணிகர்கள் கப்பலில் பயணம் செய்கிறார்கள்,
குழந்தைகள் கூழாங்கற்களைச் சேகரித்து
மீண்டும் அவற்றை வீசி எறிகின்றனர்.

அவர்கள் மறைந்திருக்கும் புதையல்களைத் தேடவில்லை.
அவர்களுக்கு வலைவீசத் தெரியவில்லை.

கடலலைகள் சிரிப்புடன் பாய்ந்து முன் செல்கின்றன.
மங்கலான ஒக்கதிர்களாய் கடற்கரையின் புன்னகை!

தன் குழந்தையின் தொட்டிலை
ஆட்டிக் கொண்டிருக்கும் போது
ஒரு தாய் பாடும் பாடலைப் போல,
அழிவை ஏற்படுத்தக் கூடிய கடலலைகள்
பொருளற்ற கதைப்பாடல்களை
குழந்தைகளுக்காகப் பாடுகின்றன.

குழந்தைகளுடன் கடல் விளையாடுகிறது.
கடற்கரையின் மங்கலான ஒளிக்கதிர்கள் புன்னகைக்கின்றன.

முடிவில்லா உலகங்களின் கடற்கரையில்
குழந்தைகள் சந்திக்கின்றனர்.
பாதையில்லா வானத்தில் சூறாவளி வீசுகிறது.
தடமில்லாத் தண்ணீரில் கப்பல்கள் மூழ்கிவிடுமோ
என்ற மரணபயம் ஏற்படுகிறது.

கடற்கரை நீரில் குழந்தைகள் விளையாடுகின்றனர்.
முடிவில்லா உலகங்களின் கடற்கரையின் மீது
குழந்தைகளின் பெருமைமிகு சந்திப்பு நிகழ்கிறது.

3. தோற்றுவாய்

குழந்தைகளின் கண்களைத் தழுவிச் செல்லும் உறக்கம்
அது எங்கிருந்து வருகின்றதென்று யாருக்கேனும் தெரியுமா?

ஆம்! ஒரு வதந்தியுள்ளது.
**நீலமீளிகைகள் ஏற்றிய மெல்லிய ஒளியில்
ஒளிரும் காட்டின் நிழல்களிடையே உள்ளதோர்
அழகிய கிராமத்தில்,
வசீகரிக்கின்ற நாணமுடைய
இரண்டு மலர் மொட்டுக்கள்
தொங்கிக் கொண்டிருக்கின்றன.
அங்கிருந்து தான் அது
குழந்தையின் கண்களை முத்தமிட வருகின்றன.

குழந்தை உறங்கும் போது
அதன் உதடுகளில் திடீரென்று தோன்றும் புன்னகை
எங்கிருந்து வருகின்றதென யாருக்கேனும் தெரியுமா?

ஆம்! ஒரு வதந்தியுள்ளது.
மெல்லியதாய் ஒளிவீசுகின்ற பிறைச்சந்திரனின் ஒளிக்கற்றை,
மறைந்து கொண்டிருக்கும்
இலையுதிர்கால மேகத்தின் விளிம்பைத் தொட்டது.
அங்குதான் பனித்துளிகள் மறைந்த
ஒரு காலைப்பொழுதின் கனவில்தான்
முதன் முதலில் புன்னகை தோன்றியது!
அந்தப் புன்னகையே

**மின்மினிப்பூச்சி, நற்றமிழில் - நீலமீளிகை

உறங்குகின்ற குழந்தையின் உதடுகளில்
திடிரென்று தோன்றும் புன்னகையாம்!

குழந்தையின் கைகால்களில் மலர்கின்ற
இனிய மென்மையான பதிய மலர்ச்சி
இவ்வளவு காலம் எங்கே மறைந்திருந்ததென
யாருக்கேனும் தெரியுமா?

அன்னை சிறு பெண்ணாக இருந்த போது
அது மென்மையான,
அன்பின் அமைதியான
புரியாத புதிராய் அவள் இதயத்தில் ஊடுருவிப்
பரவிப் படிந்திருந்தது.

அதுவே குழந்தையின் கைகால்களில்
இனிமையாக
மென்மையாக
மலர்ந்திருக்கும் அந்தப் புதிய மலர்ச்சி!

4. குழந்தையின் வழி

குழந்தை விரும்பினால் மட்டுமே - இத்தருணமே
அவன் சொர்க்கம் வரை பறந்து செல்ல முடியும்!

ஒன்றுமில்லாமல் அல்ல,
அவன் நம்மைவிட்டு விலகாமல் இருப்பது!

அவன் அன்னையின் மார்பில்
தலைவைத்துப் படுக்க விரும்புகிறான்.
அவளைக் காணாமல் இருப்பதை
அவனால் ஒரு பொழுதும் பொறுத்துக் கொள்ள முடியாது.
நுட்பமான சொற்களின் அனைத்து ஒழுகலாறுகளையும்
குழந்தை அறிந்து வைத்திருக்கிறான்.
இந்த உலகில் ஒரு சிலரால் மட்டுமே
அதன் பொருளைப் புரிந்து கொள்ள முடியும்
என்றாலுங் கூட,

ஒன்றுமில்லாமல் அல்ல,
அவன் எப்பொழுதும் பேச விரும்பாதது!

அன்னையின் உதடுகளிலிருந்து வரும்
அவளுடைய சொற்களை,
அவன் கற்றுக் கொள்ள விரும்புகிறான்
என்ற ஒரு காரணத்திற்காகவே,
அவன் இவ்வளவு வெகுளியாக இருக்கிறான்.
பொன்னும் முத்துக்களுமாக ஒரு குவியல்
குழந்தையிடம் இருந்தது.
இருப்பினும் ஒரு யாசகனைப்போல
அவன் இந்த உலகிற்கு வந்தான்.

ஒன்றுமில்லாமல் அல்ல,
அவன் அப்படி ஒரு மாறுவேடத்தில் வந்தது!

அன்னையின் அன்பு என்னும் செல்வத்தை யாசித்துப்பெற,
இந்தச் சிறிய, உடையணியா யாசகன்
முற்றிலும் உதவியற்றவனாக பாவனை செய்கிறான்.
குழந்தை, இந்தச் சிறிய பிறைச் சந்திரனின் நிலப்பரப்பிலே,
எந்தத் தளைகளுக்கும் கட்டுப்படாமல் சுதந்திரமாக இருந்தான்.

ஒன்றுமில்லாமல் அல்ல,
அவன் தன் சுதந்திரத்தை விட்டுக் கொடுத்தது!

அன்னையின் இதயத்தில் ஒரு சிறுமூலையில்
எல்லையில்லா மகிழ்ச்சியைத் தரக்கூடிய
ஓர் அறை இருக்கிறது என்றும்,
சுதந்திரத்தை விட - அன்னையின் கரங்களில்
பிடிபட்டு அழுத்தப்படுவது எவ்வளவோ இனிமையானது
என்றும் அவனுக்குத் தெரியும்.
குழந்தைக்கு எப்படி அழுவதென்று தெரியாது.
நிறைவான வரம் பெற்ற பூமியிலே வாழ்கிறான்.

ஒன்றுமில்லாமல் அல்ல,
அவன் கண்ணீர் வடிக்கத் தீர்மானித்தது!
தன் அன்பான முகத்தின் புன்னகையால்,
ஆழ்ந்த விருப்பமுடைய
அன்னையின் இதயத்தைத் தன்பால் ஈர்த்தாலும்,
சிறிய கவலைகளுக்காக
அவனுடைய சிறு சிறு அழுகைகள்,
இரக்கம் அன்பு என்னும்
இரண்டு இழைகளை குறுக்கும் நெடுக்குமாக
இணைத்து நெய்து விடுகின்றன!

5. கவனிக்கப்படாத அழகிய பவனி

உன்னுடைய அந்தச் சிறிய ஆடைக்கு
வண்ணம் தீட்டியது யார் குழந்தாய்?
உனது கை கால்களை மறைக்கும் வண்ணம்
சிவப்பு மேலாடையை அணிவித்தது யார்?
காலை நேரம் முற்றத்தில் விளையாட நீ
தள்ளாடி நடந்து, ஓடி வருகையில்
திடீரென இடறி விழுந்து எழுந்து வெளியே வருகிறாய்.

ஆனால் உன் சிறிய ஆடைக்கு
வண்ணம் தீட்டியது யார் குழந்தாய்?
எது உன்னைச் சிரிக்க வைத்தது என் சிறிய மலர் மொட்டே?
வாசல்படியில் நின்று அம்மா உன்னைப் பார்த்துச் சிரிக்கிறாள்.
தன் கைவளைகள் குலுங்க அவள் கை தட்டுகிறாள்
சின்னஞ்சிறிய ஆயனைப் போல நீ ஒரு
மூங்கில் கழியைக் கையில் பிடித்து நடனமாடுகிறாய்.

ஓ, யாசகனே! உன் அன்னையின் கழுத்தை இரு கரங்களாலும்
இறுகப் பற்றிக் கொண்டு எதை நீ யாசிக்கிறாய்?
பேராசை கொண்ட இதயமே,
ஒரு பழத்தைப் போல இந்த உலகத்தை வானத்திலிருந்து பறித்து
உன் சிறிய ரோசாவண்ண உள்ளங்கையின் மீது வைக்கட்டுமா?

ஓ, யாசகனே! எதை நீ யாசிக்கிறாய்?
உனது கால் கொலுசு உண்டாக்குகின்ற மணி ஓசையை
மகிழ்ச்சியுடன் காற்று சுமந்து செல்கிறது.

சூரியன் புன்சிரிப்புடன் நீ குளிக்கும் அழகைக் கண்காணிக்கிறது.
உன் அன்னையின் கரங்களில் நீ உறங்கும் அழகை
வானம் கவனித்துக் கொண்டிருக்கிறது.
காலைப் பொழுதானது
கால் விரல் நுனியில் கவனமாக நடந்து வந்து
உன் படுக்கை அருகே நின்று உன் கண்களை முத்தமிடுகிறது!

உனது கால் கொலுசு உண்டாக்குகின்ற மணி ஓசையை
மகிழ்ச்சியுடன் காற்று சுமந்து செல்கிறது.
கனவுகளின் தேவதைப்பெண்
மருண்மாலை ஒளியில் வானத்தினூடே பறந்தவாறே,
உன்னை நோக்கி வந்து கொண்டிருக்கிறாள்.

உன் அன்னையின் இதயத்தில்,
உன்னருகே
இந்த உலகத்தாய் தனக்காக ஓர் இருக்கையைப்
பேணிப் பாதுகாத்து வருகிறாள்.

விண்மீன்களுக்காகத் தன் பாடல்களை
இசைத்துக் கொண்டிருப்பவன்
தன் கையில் புல்லாங்குழலுடன்
உன் சன்னலருகே நின்று கொண்டிருக்கிறான்.

கனவுகளின் தேவதைப் பெண்
மருண்மாலை ஒளியில் வானத்தினூடே பறந்தவாறே
உன்னை நோக்கி வந்து கொண்டிருக்கிறாள்.

6. உறக்கத்தைத் திருடுபவள்

குழந்தையின் கண்களிலிருந்து
உறக்கத்தைத் திருடியது யார்?
எனக்குத் தெரிய வேண்டும்.

இடுப்பில் குடத்தைச் சுமந்து கொண்டு நீர் எடுத்து வர
அம்மா அருகாமையிலுள்ள
கிராமத்திற்குச் சென்றிருக்கிறாள்.

அது நண்பகற் பொழுது,
குழந்தைகளின் விளையாட்டு நேரம் முடிந்து விட்டிருந்தது.
குளத்தில் வாத்துகள் அமைதியாக இருந்தன.
ஆலமர நிழலில் ஆட்டிடையன் உறங்கிக் கொண்டிருந்தான்.
மாந்தோப்பின் புதரருகே இருந்த சதுப்பு நிலத்தில்
நாரைகள் ஆழ்ந்த சிந்தனையில் அசைவற்று நின்றிருந்தன.

இந்த இடைப்பட்ட நேரத்தில் தூக்கத்திருடி வந்து
குழந்தையின் கண்களிலிருந்து
தூக்கத்தைத் திருடி விட்டுப் பறந்தோடி விட்டாள்.

அம்மா திரும்பி வந்த போது, குழந்தை
அறையின் நாலாப் பக்கங்களிலும்
ஓடிக் கொண்டிருப்பதைக் கண்டாள்.
குழந்தையின் கண்களிலிருந்து உறக்கத்தைத் திருடியது யார்?
எனக்குத் தெரிய வேண்டும்.

அவளைக் கண்டுபிடித்து
சங்கிலியால் கட்டிப்போட வேண்டும்.

இருண்ட குகைக்குள், பெரும் பாறைகளும்
சிறுசிறு கற்களும் நிறைந்த வழியினூடே
மெல்லியதாய் ஒழுகிக் கொண்டிருக்கும்.
சிற்றோடையில் தேடிப் பார்க்க வேண்டும்.

தூங்கி வழிகின்ற மகிழ மரங்கள் அடர்ந்த சோலையின் நிழலில்,
மூழுகின்ற ஒலியை எழுப்பும் புறாக்களின் இருப்பிட மூலையில்,
விண்மீன்களையுடைய இரவின் ஆழ்ந்த அமைதியில்
தேவதையின் கால் கொலுசு ஒலியெழுப்பிக் கொண்டிருக்கும்
இடங்களிளெல்லாம் தேட வேண்டும் நான்!

மாலை நேரத்தில்
தணிந்த சலசலப்பொலி எழுப்பும்
அமைதியான மூங்கில் காட்டின் உள்ளே எட்டிப் பார்ப்பேன்.

மின்மினிப் பூச்சிகள் தங்கள் விளக்கொளியைச்
சிதறுகின்ற இடத்தில்,
நான் சந்திக்கும் ஒவ்வொரு உயிரினத்தையும் கேட்பேன்,
உறக்கத் திருடி எங்கே வாழ்கிறாள் என்று!

குழந்தையின் விழிகளிலிருந்து உறக்கத்தைத் திருடியது யார்?
எனக்குத் தெரிய வேண்டும்.
அவளைப் பிடிக்க முடிந்தால் நான் அவளுக்கு
ஒரு பாடம் புகட்ட வேண்டாமா?

அவளது கூட்டை திடீரென சோதனை இட்டு,
திருடிய உறக்கத்தையெல்லாம் அவள்
எங்கே சேமித்து வைத்திருக்கிறாள் என்று பார்க்க வேண்டும்.

அவற்றையெல்லாம் கொள்ளையடித்து,
வீட்டிற்கு எடுத்துச் செல்வேன்.
அவளுடைய இரண்டு சிறகுகளையும்
பாதுகாப்பாகக் கட்டி, நதிக்கரையில் விட்டு விடுவேன்.
பிறகு அவள் ஒரு நாணலை எடுத்து,

நாணல் புதர்களுக்கும், நீராம்பல் மலர்களுக்கும் இடையே
மீன்பிடித்து விளையாடட்டும்!

மாலை நேரம்
சந்தையில் விற்பனை முடிந்ததும்
கிராமத்துக் குழந்தைகள்
தம் அன்னையரின் மடியில் உட்காரும் பொழுது,
இரவுப் பறவைகள் அவளுடைய செவிகளில்
நையாண்டிக் குரலில் உரக்கக் கேட்கும்,
"இப்பொழுது நீ யாருடைய உறக்கத்தைத் திருடுவாய்?"

7. ஆரம்பம்

"நான் எங்கிருந்து வந்தேன்,
எங்கிருந்து என்னை எடுத்து வந்தாய்?"
குழந்தை தன் தாயிடம் கேட்டது.

குழந்தையை தன் இரு கரங்களாலும்
மார்போடு இறுகத் தழுவிக் கொண்டு
சிரிப்பும் அழுகையும் கலந்த குரலில் பதிலுரைத்தாள் தாய்:

"இதயத்தில் மறைந்திருக்கும் ஆசையைப் போல
நீயும் என் இதயத்தில் ஒளிந்திருந்தாய் என் அன்பே,

என் குழந்தைப் பருவத்து
விளையாட்டு பொம்மைகளில் நீ இருந்தாய்.
ஒவ்வொரு காலைப் பொழுதும் களிமண் கொண்டு
நான் என் கடவுளின் உருவத்தை உண்டாக்கிய பொழுது,
உன்னையும் உருவாக்கி உருவாக்கி..... பின் கலைத்தேன்.

எங்கள் குலதெய்வமாக புனிதமான இடத்தில்
பேணிப் பாதுகாக்கப் பட்டாய்!
அந்த வழிபாட்டினூடே உன்னையும் வழிபட்டேன்
எனது எல்லா நம்பிக்கைகளிலும்,
அன்பிலும்,
எனது உயிரிலும்,
எனது தாயின் உயிரிலும் நீ வாழ்ந்திருக்கிறாய்.

நம் குடும்பத்தை ஆளும் மரணமில்லா ஆன்மாவின்
மடியிலே நீ ஆண்டாண்டு காலமாய்
பேணி வளர்க்கப்பட்டாய்.

நான் பெதும்பைப் பருவத்தில் இருந்த போது,
என் இதயம் அதன் இதழ்களை விரித்த போது,
எல்லாத் திசைகளிலும் பரவுகின்ற
நறுமணமாக எங்கும் பரவினாய் நீ!
உனது மிருதுவான மென்மை என்
இளமையான கை கால்களில் மலர்ந்தது.

சூரிய உதயத்திற்கு முன்
வானத்தில் சிவப்பு நிறம் ஒளி வீசுவதைப் போல்
சொர்க்கத்தின் முதல் அன்பே,
காலை ஒளியுடன் பிறந்த இரட்டைப் பிறப்பே,
உலக வாழ்க்கை எனும் ஓடையில்
நீ மிதந்து கீழிறங்கி வந்தாய்,
இறுதியாக -
என் இதயத்தின் மீது நிலை கொண்டாய்!

உன் முகத்தை ஊன்றிப் பார்க்கையிலே,
விளங்கா மெய்ம்மை என்னை
வியப்பில் ஆழ்த்துகிறது.
அனைவர்க்கும் சொந்தமானவளான நீ
என்னுடையவளாகிறாய்.

உன்னை இழந்து விடுவேனோ என்ற காரணத்தால்,
என் மார்புடன் உன்னை இறுகத் தழுவுகிறேன்".
எந்த மாயவலை இந்த உலகத்தின் புதையலை
என் மெல்லிய கரங்களில் கொண்டுவந்து சேர்த்தது?

8. குழந்தையின் உலகம்

என் குழந்தைக்கு மட்டுமே உரித்தான
உலகத்தின் இதயத்தில்
ஓர் அமைதியான மூலையில்
இடம் பிடிக்க நான் விரும்புகிறேன்.

எனக்குத் தெரியும், அவனுடன் பேசுகின்ற
விண்மீன்களை அது கொண்டிருக்கும்.

தன் அற்பமான முகில்களாலும் வானவில்களாலும்
அவனைக் குதூகலமடையச் செய்ய,
ஒரு வானம் தன் நிலையிலிருந்து இறங்கி
அவன் முகத்தருகே குனியும்.

தாங்கள் ஊமைகள் என்று நம்ப வைப்பவர்கள்,
தங்களால் அசையக் கூட முடியாதெனக் காட்சி தருபவர்கள்,
தங்களுடைய கதைகளுடனும்,
தட்டங்கள் நிறைய பளபளப்பான பொம்மைகளுடனும்
அவனுடைய சன்னலை நோக்கி ஊர்ந்து ஏறுபவர்கள்
அனைவரும் அங்கிருப்பர்.

தளைகள் அனைத்தையும் கடந்து,
குழந்தையின் மனதில் தோன்றும்
எண்ணங்கள் என்னும் சாலையில் நான் பயணிக்க வேண்டும்
என்று விரும்புகிறேன்.

எங்கே வரலாறு இல்லாத அரசர்களின்
ஆட்சி எல்லைக்குட்பட்ட நாடுகளின் இடையே
காரணம் ஏதுமின்றித் தூதுவர்கள்

ஓடிக் கொண்டிருக்கிறார்களோ - அங்கெல்லாம்!
எங்கே காரண காரியங்களை ஆராயும்
அறிவு என்னும் பெண்,
அவளுடைய சட்டங்கள் பட்டங்களை
உருவாக்கிப் பறக்க விடுகிறாளோ - அங்கெல்லாம்!,

எங்கே உண்மையானது அவள்,
நடந்த செயல்களைத்
தன் சங்கிலியிலிருந்து விடுதலை செய்கிறாளோ
அந்த இடங்களையெல்லாம் நான் சுற்றிப்பார்க்க வேண்டும்.

9. எப்பொழுது ....ஏன்

நான் உனக்காக
வண்ண வண்ண விளையாட்டுச் சாமான்களைக்
கொண்டு வரும் போது என் குழந்தாய்,

மேகங்கள் மீதும் நீரின் மீதும்
ஏன் அவ்வளவு வண்ண விளையாட்டு?
பூக்களுக்கு ஏன் இளம் வண்ணங்கள் தீட்டப்படுகின்றன?
என்பதற்காக காரணத்தைப் புரிந்து கொள்கிறேன் -
நான் உனக்கு வண்ண வண்ண விளையாட்டுச்
சாமான்களைக் கொடுக்கும் போது என் குழந்தாய்!

உன்னை நடனமாட வைக்க நான் பாடும் பொழுது
உண்மையில் நான் தெரிந்து கொள்கிறேன்.
ஏன் இலைகளில் ஓர் இசை தோன்றுகிறது,.
கூர்ந்து கவனிக்கின்ற பூமியின் இதயத்திற்காக
ஏன் அலைகள் தங்கள் குரல்களில்
குழு இசையை அனுப்புகின்றன என்பதன் காரணத்தை -
நான் உன்னை நடனமாட வைக்கப் பாடும் பொழுது
தெரிந்து கொள்கிறேன்.

உனது பேரவா கொண்ட கரங்களுக்கு நான்
இனிமையான பொருட்களைக் கொண்டு வரும்போது
தெரிந்து கொள்கிறேன்.
ஏன் பூக்களின் கிண்ணத்தில் தேன் நிறைந்திருக்கிறது,
பழங்கள் ஏன் இனிப்பான சாறு கொண்டு ரகசியமாக
நிரப்பப்பட்டுள்ளன என்பதற்கான காரணத்தை!

உன்னை புன்னகை பூக்கச் செய்வதற்காக
நான் உன் முகத்தில் முத்தமிடும் போது என் அன்பே,
நான் நிச்சயமாகப் புரிந்து கொள்கிறேன்!
காலை வெளிச்சத்தில் வானிலிருந்து எவ்வளவு
மகிழ்ச்சியான ஒளிக்கதிர்கள் பாய்ந்து வருகின்றன.
கோடைத் தென்றல் என் உடம்பிற்கு எத்தகைய
பெருமகிழ்ச்சியைக் கொண்டு வருகின்றன
என்பதற்கான காரணத்தை -
உன்னை புன்னகை பூக்கச் செய்வதற்காக
நான் உன் முகத்தில் முத்தமிடும் போது என் அன்பே,
நான் நிச்சயமாகப் புரிந்து கொள்கிறேன்.

10. நிந்தனை

உனது கண்களில் ஏன் இந்தக் கண்ணீர், என் குழந்தாய்?
ஒன்றுமில்லாததற்கெல்லாம் உன்னை
எவ்வளவு அவசர அவசரமாகத் திட்டுகிறார்கள்.
நீ எழுதும் போது உனது விரல்களிலும்
முகத்திலும் மையின் கறை பட்டுவிட்டது.
அதனால் அவர்கள் உன்னை
அசுத்தமானவள் என்று கூறுகிறார்களா?
என்ன ஒரு கேவலம்!

முழு நிலாவின் முகத்திலெல்லாம்
மையின் கறை பரவியிருக்கிறது என்பதற்காக
அதை அசுத்தமானது என்று கூறத் துணிவார்களா?
ஒவ்வொரு சிறிய, அற்பமான செயல்களுக்கெல்லாம்
அவர்கள் உன்மேல் குற்றஞ் சுமத்துகிறார்கள், என் குழந்தாய்!

ஒன்றுமில்லாததற்கெல்லாம் குறை கண்டுபிடிக்கிறார்கள்.
நீ விளையாடும் போது உனது ஆடையைக் கிழித்துக் கொண்டாய்,
அதனால் தான் அவர்கள் உன்னை
அசுத்தமானவள் என்று கூறுகிறார்களா? என்ன ஒரு கேவலம்!
கந்தலான மேகங்களினூடே எட்டிப் பார்த்துச் சிரிக்கும்
இலையுதிர் காலத்து காலைப் பொழுதை
என்னவென்று கூறுவார்கள்?
அவர்கள் உன்னிடம் பேசும் எந்தப் பேச்சையும்
கவனத்தில் கொள்ள வேண்டாம், என் குழந்தாய்!

அவர்கள் உன் குறைகளையெல்லாம்
ஒரு பெரிய பட்டியலிடுகிறார்கள்.

இனிமையான பொருட்களையெல்லாம் நீ
எந்த அளவிற்கு விரும்புகிறாய் என்று
ஒவ்வொருவருக்கும் தெரியும்
அதனால் தான் அவர்கள் உன்னைப்
பேராசைக்காரி என்று கூறுகிறார்களா?
என்ன ஒரு கேவலம்!
உன்னை மிகவும் நேசிக்கின்ற எங்களை
அவர்கள் எப்படி அழைப்பார்கள்?

11. நீதிபதி

தயை கூர்ந்து அவனைப் பற்றி
என்ன கூற விரும்புகிறீர்களோ கூறுங்கள்.
என் குழந்தையின் குறைகள் எனக்குத் தெரியும்.
அவன் நல்லவன் என்பதால்
அவனிடம் அன்பு கொள்ளவில்லை.
அவன் எனது சிறு குழந்தை என்பதால் அவனை நேசிக்கிறேன்.

அவனுடைய குறைகளுக்கு எதிராக
அவனுடைய தகுதிகளை எடைபோட முயலுங்கால்,
அவன் எவ்வளவு நெருங்கியவனாக இருக்க முடியும்
என்பதை எப்படித் தெரிந்து கொள்வாய்?
அவனைத் தண்டிக்க வேண்டி வரும்போது,
அவன் என்னுள் ஒரு பகுதி என்பதற்கும் மேலாக
அனைத்தும் ஆகிறான்!
அவனது கண்களில் கண்ணீர் வடிய
நான் காரணமாகும் போது,
அவனுடன் சேர்ந்து என் இதயமும் விம்மி அழுகிறது.

அவனைக் குற்றஞ் சுமத்தவோ, தண்டிக்கவோ
எனக்கு மட்டுமே உரிமை இருக்கிறது.
ஏனெனில் நேசிப்பவர் மட்டுமே
திருத்தும் நோக்கத்துடன் ஒருவரைத் தண்டிக்கலாம்.

12. விளையாட்டுச் சாமான்கள்

குழந்தாய்!
நீ காலைப் பொழுது முழுவதும் புழுதியில் உட்கார்ந்து
ஒரு ஒடிந்த சுள்ளியை வைத்து விளையாடிக் கொண்டு
எவ்வளவு மகிழ்ச்சியாக இருக்கிறாய்!

அந்தச் சுள்ளித் துண்டுடன் உன் விளையாட்டைப்
பார்த்து நான் புன்னகைக்கிறேன்.

மணிக்கணக்காக எண்களைக் கூட்டிக் கொண்டு
என் கணக்கு வேலையில் மும்முரமாக இருக்கிறேன்.
ஒரு வேளை நீ என்னைப் பார்த்து,
"என்ன முட்டாள்தனமான விளையாட்டு,
உன் காலை நேரத்தைப் பாழ்படுத்த" என்று நினைக்கலாம்.

குழந்தாய்!
குச்சிகளிலும் களிமண் காசுகளிலும் நினைவிழந்து
அனுபவிக்கும் கலையை நான் மறந்து விட்டேன்.
நான் விலையுயர்ந்த விளையாட்டுச் சாமான்களைத்
தேடி அலைகிறேன்.
பொற்கட்டிகளையும் வெள்ளிக் கட்டிகளையும் சேர்க்கிறேன்.
நீ எதைக் காண்கிறாயோ அதில் உன்னுடைய
குதூகல விளையாட்டுக்களை ஆக்கி விடுகிறாய்.
நானோ என் காலத்தையும், பலத்தையும்
என்றும் அடைய முடியாதவற்றில் செலவழிக்கிறேன்
என்னுடைய பலமற்ற படகில் -
ஆசைக்கடலைக் கடக்கப் போராடுகிறேன்.
நான் விளையாடுவதும் ஒரு விளையாட்டே
என்பதை மறந்து விடுகிறேன்!

13. வானியல் வல்லுநர்

"மாலையில் -
கடம்ப மரக்கிளைகளின் இடையே சிக்கிக் கொள்ளும்
வட்டமான முழு நிலவை
யாராவது பிடித்துக் கொள்ளக் கூடாதா?"
என்று நான் சொன்னேன்.

அப்பா என்னைப் பார்த்து நகைத்தப்படி கூறினார்:
"குழந்தாய், எனக்குத் தெரிந்த வரை
நீ தான் மிகவும் முட்டாள் குழந்தை.
நிலா எப்பொழுதும் நம்மிடமிருந்து எவ்வளவு தொலைவில் இருக்கிறது.
அதை எப்படி யாராலும் பிடிக்க முடியும்?"

நான் சொன்னேன்:
"அப்பா நீங்கள் எவ்வளவு முட்டாளாக இருக்கிறீர்கள்!
விளையாடிக் கொண்டிருக்கும் நம்மைப் பார்த்து
அம்மா சன்னல் வழியாகப் புன்னகை புரியும்போது
அவள் நம்மிடமிருந்து
வெகுதொலைவில் இருக்கிறாள் என்று கூறுவீர்களா?"

மறுபடியும் அப்பா கேட்டார்:
"நீ ஒரு முட்டாள் குழந்தை!
ஆனால் குழந்தாய், சந்திரனைப் பிடிப்பதற்கேற்ற
அவ்வளவு பெரிய வலையை எங்கே கண்டுப்பிடிப்பாய்?"
"நிச்சயமாக உங்கள் இரண்டு கைகளாலும் பிடித்து விடலாம்"
என்று நான் கூறினேன்.

ஆனால் அப்பா சிரித்து விட்டுச் சொன்னார்:
"எனக்குத் தெரிந்து நீ தான் மிகப் பெரிய முட்டாள் குழந்தை.

சந்திரன் நம் அருகில் வந்தால்
அது எவ்வளவு பெரியது என்பதை நீ காண்பாய்?"

"அப்பா, என்ன அறிவற்றவைகளை
உங்கள் பள்ளிக் கூடத்தில் சொல்லிக் கொடுக்கிறார்கள்!
அம்மா நம்மை முத்தமிடக் குனியும் போது
அவள் முகம் மிகவும் பெரிதாகவா தோன்றுகிறது?"
என்றேன் நான்.

திரும்பவும் அப்பா சொன்னார்:
"நீ ஒரு முட்டாள் குழந்தை".

14. மேகங்களும் அலைகளும்

அம்மா!
மேகங்களில் வசிப்பவர்கள்,
"நாங்கள் துயிலெழுந்ததிலிருந்து
ஒரு நாள் முடியும் வரை விளையாடுகிறோம்,
நாங்கள் பொன்மயமான விடியற்காலையுடனும்,
வெள்ளி நிலவுடனும் விளையாடுகிறோம்"
என்று கூறி என்னை அழைக்கிறார்கள்.

"உங்களிடம் நான் எப்படி வருவேன்?"
என்று கேட்கிறேன்.
அவர்கள், "பூமியின் ஓரத்திற்கு வா,
உன் கைகளை வான் நோக்கி உயர்த்து.
நீ மேகங்களிடையே எடுத்துச் செல்லப்படுவாய்"
என்று பதிலளித்தனர்.

"என் அம்மா எனக்காக வீட்டில் காத்துக் கொண்டிருக்கிறாள்.
எப்படி நான் அவளை விட்டுவிட்டு வருவேன்?" என்றேன்.
பிறகு அவர்கள் புன்முறுவலித்து விட்டு மிதந்து செல்கின்றனர்.

ஆனால் அதைவிட நல்ல விளையாட்டு
எனக்குத் தெரியும் அம்மா
நான் மேகமாக இருக்கிறேன். நீ நிலவாக இரு.
நான் என் இருகைகளாலும் உன்னை மூடி விடுகிறேன்.
நம் வீட்டின் கூரை நீல வானமாக இருக்கும்.

அலைகளில் வசிப்பவர்கள்,
"நாங்கள் காலையிலிருந்து இரவு வரும் வரை பாடுகிறோம்.
மேலும் மேலும் பயணம்செய்கிறோம்.

ஆனால் எங்கே செல்கிறோம் என்று தெரியாது".
என்று சொல்லி என்னை அழைக்கிறார்கள்.

"உங்களுடன் நான் எப்படி வந்து சேர முடியும்?"
என்று கேட்கிறேன்.
அவர்கள் சொல்கிறார்கள்:
"கடற்கரை ஓரத்தில் வந்து உன் கண்களை
இறுக மூடிக்கொண்டு நில்.
நீ அலைகளின் மீது எடுத்துச் செல்லப்படுவாய்".

"என் அம்மாவிற்கு நான் மாலையில் வீட்டில் இருக்க வேண்டும்.
நான் எப்படி அவளை விட்டு வர முடியும்?"
பிறகு அவர்கள் புன்முறுவலுடன்
நடனமாடிக் கொண்டே சென்று விடுகிறார்கள்.

ஆனால் அதை விட மேலான விளையாட்டு
எனக்குத் தெரியும்.
நான் அலைகளாக இருப்பேன்
நீ புதுமையான கடற்கரையாக இரு
நான் சிரித்துக் கொண்டே உன் மடியில்
உருண்டு உருண்டு வந்து மோதுகிறேன்.
இவ்வுலகில் ஒருவருக்கும் நாம் எங்கிருக்கிறோம்
என்று தெரியாது.

15. சண்பகமலர்

வேடிக்கைக்காக,
நான் ஒரு சண்பகப் பூவாக மாறி,
அம்மரத்தின் ஓர் உச்சிக் கிளையில் பூத்து,
காற்றுடன் அசைந்தாடிச் சிரித்து,
புதிதாகத் துளிர்த்த இலைகளின் மேல் நடனமாடினால்,
என்னைக் கண்டு பிடிக்க முடியுமா அம்மா?

"குழந்தாய், எங்கே இருக்கிறாய்?"
என்று நீ கூப்பிடுவாய்.
நான் எனக்குள்ளேயே சிரித்துக் கொண்டு
ஓசை எழுப்பாமல் அமைதியாக இருப்பேன்.
நான் தந்திரமாக என் இதழ்களைத் திறந்து
நீ வேலை செய்வதைப் பார்ப்பேன்.
உன் குளியலுக்குப் பிறகு, ஈரமான கூந்தலை
உன் தோள்களின் மீது விரித்துப் போட்டுக் கொண்டு,
சண்பகமர நிழலில் நீ தொழுகை புரியும்
சிறிய ஆலயத்திற்கு நடந்து செல்லும் போது
மலரின் நறுமணத்தை உணர்வாய்.
ஆனால் அவ்வாசனை என்னிடமிருந்து தான் வந்தது
என்பதை நீ அறிய மாட்டாய்.
பகல் உணவிற்குப் பின்
சன்னல் ஓரத்தில் -
மரநிழல் உன் கூந்தலிலும் மடியிலும் விழ,
நீ ராமாயணம் படிக்கும் போது,
என்னுடைய சின்னஞ்சிறிய நிழலை
நீ படிக்கும் இடத்திற்கு நேராக விழச் செய்ய வேண்டும்.

ஆனால் அது உன்னுடைய சிறு குழந்தையின்
சின்னஞ்சிறிய நிழல் என்று உன்னால் ஊகிக்க முடியுமா?

ஏற்றிய விளக்கைக் கையில் ஏந்தி,
மாலையில் நீ மாட்டுத் தொழுவத்திற்குச் செல்லும் போது,
நான் திடீரென்று மறுபடியும் நிலத்தில் இறங்கி,
மறுபடியும் உன்னுடைய குழந்தையாக மாறி,
ஒரு கதை சொல்லும்படி கெஞ்சிக் கேட்க வேண்டும்.

"நீ எங்கே சென்றிருந்தாய், பொல்லாத குழந்தாய்?"
"நான் உன்னிடம் சொல்லமாட்டேன் அம்மா".
இதைத்தான் நீயும் நானும் அப்போது சொல்வோம்.

16. தேவதை உலகம்

எ்னுடைய அரசனின் அரண்மனை எங்கிருக்கிறது
என்று மக்களுக்குத் தெரிந்திருந்தால்,
காற்றில் அது மறைந்து போகும்.

வெண்மையான வெள்ளியால் கட்டப்பட்ட சுவர்கள்,
பளபளக்கும் தங்கக் கூரைகள்,
ஏழு முற்றங்களை உடைய அரண்மனையில்
அரசி வாழ்கிறாள்.
ஏழு அரசாட்சிக்கு உட்பட்ட நாடுகளின்
ஒட்டுமொத்த செல்வத்தின் மதிப்புள்ள
நகையை அவள் அணிந்திருக்கிறாள்.
ஆனால் எனது அரசனின் அரண்மனை எங்கிருக்கிறது என்று
உன் காதில் மிகத் தணிந்த குரலில் கூறுகிறேன் அம்மா -
அது, நம் வீட்டின் மேல்தளத்தில்
துளசிமாடம் இருக்கின்ற மூலையில் தான் இருக்கிறது.

வெகு தூரத்தில் உள்ள,
கடந்து செல்ல முடியாத கடற்கரையில்
இளவரசி படுத்து உறங்கிக் கொண்டிருக்கிறாள்.
இந்த உலகத்தில் என்னைத் தவிர வேறு யாராலும்
அவளைக் கண்டுபிடிக்க முடியாது.

அவள் கைகளில் கடகமும்,
காதிலே முத்துத் தொங்கட்டானும் அணிந்திருக்கிறாள்.
அவளுடைய நீண்ட முடிகள் நிலத்திலே புரள்கின்றன,
என் மந்திரக் கோலால் தொடும் பொழுது
அவள் விழித்துக் கொள்வாள்.

அவள் சிரிக்கும் போது
அவளுடைய உதடுகளிலிருந்து
அணிகள் கீழே விழும்.

ஆனால் நான் உன் காதில் மிகத்தணிந்த
குரலில் கூறுவேன் அம்மா -
அவள் நம் வீட்டின் மேல்தளத்தில்
துளசிமாடம் இருக்கின்ற மூலையிலே இருக்கின்றாள்.

இப்பொழுது நீ சென்று
நதியில் நீராட வேண்டிய நேரம் என்றால்,
கூரையின் மேல் தளத்திற்கு ஏறிச்செல்.
சுவர்களின் நிழல்கள் சந்திக்கும்
மூலையிலேயே நான் அமர்ந்திருக்கிறேன்.
சிறுமி மட்டுமே என்னுடன் வர அனுமதிக்கப்படுகிறாள்,
அவளுக்கு மட்டுமே தெரியும் இந்தக் கதையில் வரும்
**பரியாரி எங்கே வசிக்கிறார் என்று!

ஆனால் நான் உன் காதில் மிகத் தணிந்த குரலில்
கூறுவேன் அம்மா,
இந்தக் கதையில் வரும் பரியாரி எங்கே வசிக்கிறார் என்று!
அது நம் வீட்டின் மேல்தளத்தில்
துளசிமாடம் இருக்கின்ற மூலையில் தான் அம்மா!

Barber = பரியாரி, பரிகாரி, நாவிதன், நக்குட்டன்

17. நாடு கடத்தப்பட்டவரின் பூமி

அம்மா, வானத்தில் வெளிச்சம் மங்கிப்போயிருக்கிறது.
மணி என்ன இருக்கும் என்று எனக்குத் தெரியவில்லை.

எனது விளையாட்டில் மகிழ்ச்சியில்லை.
அதனால் நான் உன்னிடம் வந்திருக்கிறேன்.
இன்று சனிக்கிழமை, எங்களுக்கு விடுமுறை நாள்.

உன் வேலையை நிறுத்து அம்மா,
இந்த சன்னலுக்கு அருகில் உட்கார்ந்து,
குழந்தைகள் கதையில் வரும்
"தெபான்தர் பாலைவனம் எங்கிருக்கிறது" என்று
எனக்குச் சொல் அம்மா!

காலை முதல் மாலை வரை நாள் முழுதும்
மழையின் இருள் மூடியிருக்கிறது.
மூர்க்கத்தனமான மின்னல்
தன் நகங்களால் வானத்தைக் கீறிக் கொண்டிருக்கிறது.
மேகங்கள் மோதி இடிஓசை உண்டாக்கும் போது
என் மனதில் அச்சம் தோன்ற
உன்னை இறுகப் பற்றிக் கொள்ள ஆசைப்படுகிறேன்.

மூங்கில் இலைகளின் மீது
மணிக்கணக்காய் மழை அடித்துக் கொண்டிருக்கிறது.
திடிரென்று அடிக்கும் காற்றால்
நம் சன்னல் கதவுகள் அசைந்து
சடசடவென்று அடித்துக் கொள்கின்றன.

அம்மா, நான் மட்டும் தனியாக உன்னுடன் அமர்ந்து,
குழந்தைகள் கதையில் வரும் தெபான்தர் பாலைவனம்
எங்கிருக்கிறது என்பதைப் பற்றி நீ சொல்ல,
அதை நான் கேட்க விரும்புகிறேன்.

அது எங்கே இருக்கிறது அம்மா?
எந்தக் கடலின் மீது, எந்த மலையின் அடிவாரத்தில்
எந்த அரசனின் ஆட்சிக்கு உட்பட்ட நாட்டில்?

வயல்களுக்கு வரப்பு அமைக்க
புதர்வேலித் தடுப்புகள் அங்கே இல்லை.
மாலையில் கிராம மக்கள்
தங்கள் கிராமத்தை சென்றடையவோ,
பெண்கள் காட்டிலே காய்ந்து போன
விறகுச் சுள்ளிகளைச் சேகரித்து,
அந்தச் சுமையை சந்தைக்கு எடுத்துச் செல்லவோ
குறுக்கே ஒற்றையடிப் பாதை எதுவும் அங்கு இல்லை.
மணல் மீது ஆங்காங்கே காணப்படும்
புல் திட்டுக்களும், எங்கே?
மிகுந்த மதிநுட்பமும் அனுபவமும் கொண்ட
இணைப் பறவைகள் இரண்டும்,
தாங்கள் வாழக் கூடு கட்டியிருக்கும்
ஒற்றை மரம் இருக்கிறதோ
அங்கே தான் தெபான்தர் பாலைவனம் உள்ளது.

அறிமுகமில்லாத நீரின் குறுக்கே கட்டப்பட்டுள்ள
அரக்கனின் அரண்மனையில்
சிறை வைக்கப்பட்டிருக்கும் இளவரசியைத் தேடி,
இந்த மழை மூட்டமான நாளில்
அரசனின் இளைய மகன்
தன்னந்தனியாக ஒரு சாம்பல் நிறக் குதிரையில் ஏறி
பாலைவனத்தின் வழியாக எப்படிச் சென்றிருப்பான்
என்று என்னால் கற்பனை செய்ய முடிகிறது!

பனி மூட்டம் போல தெளிவற்ற மழை
தொலை தூரத்து வானிலிருந்து விழுந்தபோது,
திடிரென்று ஏற்படுகின்ற வலியைப் போல
மின்னல் மின்னத் தொடங்கிய போது,
அரசனால் கைவிடப்பட்ட மாட்டுத் தொழுவத்தை
சுத்தம் செய்தவாறே
தன் கண்ணீரைத் துடைத்துக் கொள்ளும்
தன் மகிழ்ச்சி இல்லாத அம்மாவைப் பற்றி
தெபான்தர் பாலைவனத்தில் குதிரையில் செல்லும் போது
நினைத்துக் கொண்டானா இந்தக்
குழந்தைகள் கதையில்?

பார் அம்மா, நாள் முடியும் முன்பே
கிட்டத்தட்ட இருட்டாகி விட்டது,
அதோ அந்த கிராமத்துச் சாலையில்
வழிப்போக்கர் யாருமே இல்லை.
மேய்ச்சல் நிலத்திலிருந்து ஆட்டிடையன்
நேரத்திலேயே வீட்டிற்குத் திரும்பி விட்டான்.
ஆடவர் தம் வயல்களை விட்டு வந்து,
தங்கள் வீட்டுக் கூரையின் தாழ்வாரங்களில்
பாய்களின் மேல்அமர்ந்து,
உறுமுகின்ற மேகங்களை கவனித்துக் கொண்டிருக்கிறார்கள்.

அம்மா, நான் என் புத்தகங்களை எல்லாம்
அலமாரியின் மேல் வைத்திருக்கிறேன்.
இப்பொழுது என் பாடங்களைப் படிக்கச் சொல்லாதே,
நான் வளர்ந்து அப்பாவைப் போல் பெரியவனானதும்
கற்க வேண்டிய அனைத்தையும் கற்றுக் கொள்வேன்.
ஆனால் அம்மா,
இன்றைக்கு ஒரு நாள் மட்டும் சொல்,
"குழந்தைகள் கதையில் தெபான்தர் பாலைவனம் எங்கிருக்கிறது?.

18. மழை நாள்

கருமையாகி விட்டிருந்த
காட்டின் எல்லையிலே
துயராார்ந்த மேகக் கூட்டங்கள் வேகமாகத் திரண்டன.

குழந்தாய், வெளியில் செல்ல வேண்டாம்!
ஏரியின் ஓரத்தில்
வரிசையாய் வளர்ந்திருக்கும் பனைமரங்கள்
உற்சாகமற்ற வானத்தின் மீது
தங்கள் தலையை மோதிக் கொள்கின்றன.

புளியமரத்தின் கிளைகளின் மீது
ஈரமான சிறகுகளுடன் காகங்கள்
அமைதியாக அமர்ந்திருந்தன.
அதிகமாகிக் கொண்டிருக்கிற இருள்
ஆற்றின் கிழக்குக் கரையைச் சூழ்ந்து கொண்டிருக்கிறது.
நிறைந்து வழிகின்ற தடாகத்து நீரில்
மீன்கள் தப்பிச் சென்றுவிடக் கூடும் என்று
வெள்ளத்தில் மூழ்கியிருக்கும் வயல்களில் மீன்பிடிக்க
ஆடவர் கூடுகின்றனர்.

தாயிடமிருந்து தப்பி ஓடி அவளைச்
சீண்டுவதற்காகச் சிரிக்கும் ஒரு சிறுவனைப் போல்,
மழைநீரானது தெருக்களின் வழியாகப் பாய்ந்து
குறுகிய பள்ளத் தாக்கில் ஓடுகிறது.
ஆழமற்ற படகுத் துறையில் நின்று
படகோட்டியை உரத்த குரலில் யாரோ அழைக்கிறார்கள்.

குழந்தாய், பகல் பொழுது மங்கியிருக்கிறது.
கடந்து செல்லும் படகுத்துறை அடைக்கப்பட்டிருக்கிறது.
வெறிபிடித்து ஓடிக் கொண்டிருக்கும் மழை மேகங்கள் மீது
வானம் சவாரி செய்வது போல் தோன்றுகிறது.
ஆற்றுநீர் பொறுமையற்று இரைச்சலிடுகிறது.
பெண்கள் நீர் நிரம்பிய குடங்களுடன்
கங்கையிலிருந்து சீக்கிரமாகவே தங்கள் வீடுகளுக்கு
விரைந்து கொண்டிருக்கின்றனர்.

இரவு விளக்கை ஏற்ற ஆயத்தமாக வேண்டும்.
குழந்தாய், வெளியில் எங்கும் செல்ல வேண்டாம்.
சந்தைக்குச் செல்லும் பாதை வெறிச்சோடிக் கிடக்கிறது.
ஆற்றுக்குச் செல்லும் சந்து வழுக்குகிறது.
வலையில் அகப்பட்டுக் கொண்ட
ஒரு காட்டு விலங்கைப் போல
மூங்கில் கிளைகளுக்கு நடுவே
பெரும் முழக்கத்துடன் போராடுகிறது காற்று!

19. காகிதப் படகுகள்

ஒவ்வொரு நாளும் நான் என் காகிதப் படகுகளை
ஓடுகின்ற சிற்றாறில் ஒவ்வொன்றாய் மிதக்க விடுகிறேன்!
அவற்றின் மீது பெரிய கறுப்பு எழுத்துக்களால்
என் பெயரையும் நான் வாழ்ந்து கொண்டிருக்கும்
கிராமத்தின் பெயரையும் எழுதுகிறேன்.

ஏதோ ஓர் அறிமுகமில்லாத நாட்டில்
யாரேனும் அவற்றைக் கண்டு
நான் யார் என்று தெரிந்து கொள்வார்கள்.
எனது சிறிய படகுகளை எங்கள் வீட்டுத் தோட்டத்து
பவள மல்லிகை மலர்களால் நிரப்புகிறேன்.

வைகறையில் மலர்ந்த இந்த மலர்கள்
பாதுகாப்பாக அந்த நாட்டிற்கு
இரவில் எடுத்துச் செல்லப்படும்.

எனது காகிதப் படகுகளை நீரில் இறக்கிவிட்டு
தலையுயர்த்தி வானத்தைப் பார்க்கிறேன்.

சிறிய மேகங்கள்
தங்கள் வெண்மையான -
புடைத்திருக்கிற பாய்களை விரித்து
கிளம்பத் தயாராகின்றன.

என்னுடைய எந்த விளையாட்டுத் தோழன்
என் படகுகளுடன் போட்டியிட
அவற்றை வானத்திலிருந்து காற்றில் கீழே அனுப்புகிறான்
என்று எனக்குத் தெரியவில்லை.

இரவு வரும் போது
என் கரங்களில் முகம் புதைத்து
கனவு காண்கிறேன்...
நள்ளிரவு விண்மீன்களுக்குக் கீழே
எனது காகிதப் படகுகள்
மிதந்து சென்று கொண்டே இருப்பதாக!

தங்கள் கூடைகள் நிறைய
கனவுகளைச் சுமந்து கொண்டு
நித்திரையின் தேவதைகள் அதில் செல்கிறார்கள்!

20. படகோட்டி

படகோட்டி மதுவின் படகு ராஜ்கஞ்சில் உள்ள
படகுத் துறையில் கட்டி வைக்கப்பட்டுள்ளது.

சணல் ஏற்றப்பட்டு பயனில்லாமல்
உபயோகப்படுத்தாமல் வெகுகாலமாய்
அங்கே நிறுத்தி வைக்கப்பட்டிருக்கிறது!

அவன் எனக்கு அந்தப் படகைக்
கடனாகத் தந்தான் என்றால்,
அதில் ஏறி நூறு துடுப்புகள் போடுவேன்!
ஐந்து அல்லது ஆறு அல்லது ஏழு
பாய்மரத்துணிகளை ஏற்றுவேன்!

அதை ஒரு போதும் நான்
முக்கியத்துவமற்ற சந்தைகளுக்குச் செலுத்த மாட்டேன்!

அதில் நான் ஏழு கடல்களும்,
பதிமூன்று ஆறுகளும் உள்ள
தேவதை உலகத்திற்குச் செல்ல பாய்களை விரிப்பேன்!
ஆனால் அம்மா,
ஒரு மூலையில் உட்கார்ந்து
எனக்காக நீ அழமாட்டாய்.
காட்டிற்குச் சென்று விட்டு
பதினான்கு வருடங்களுக்குப் பிறகு
திரும்பி வரும் ராமச்சந்திரனைப் போல,
நான் காட்டிற்குப் போகவில்லை!
நான் கதையில் வரும் இளவரசன் ஆவேன்!

நான் விரும்பும் அனைத்தையும் கொண்டு
என் படகை நிறைப்பேன்.
என் நண்பன் ஆசுவையும் என்னுடன் கூட்டிக் கொள்வேன்!

தேவதை உலகத்தின் ஏழு கடல்களையும்
பதின்மூன்று நதிகளையும்
மிக மகிழ்ச்சியாகப் படகில் கடந்து செல்வோம்,

நாங்கள் அதிகாலையில் படகின் பாய்களை விரிப்போம்.
நண்பகலில் நீ குளத்தில் குளித்துக் கொண்டிருக்கும் போது
நாங்கள் ஓர் அறிமுகமில்லா அரசனின் நாட்டில் இருப்போம்.
தெபான்தர் பாலைவனத்தைக் கடந்து,
திரிபூரணி படகுத் துறையைக் கடந்து
சென்று கொண்டிருப்போம்.

நாங்கள் திரும்பி வரும்போது இருட்டி விட்டிருக்கும்.
நாங்கள் என்னவெல்லாம் பார்த்தோம்
என்பதை உனக்குச் சொல்வோம்.
தேவதை உலகத்தின் ஏழு கடல்களையும்
பதின்மூன்று நதிகளையும் நான் கடப்பேன்.

21. ஆற்றின் மறுகரை

ஆற்றின் மறுகரைக்குச் செல்ல
நான் பெரிதும் விரும்புகிறேன்.
அங்கே வரிசையாக இருக்கும் மூங்கில் கழிகளில்
படகுகள் கட்டப்பட்டிருக்கின்றன.
தொலை தூரத்தில் இருக்கும்
தங்கள் வயல்களுக்குச் செல்ல
தோளில் கலப்பைகளைச் சுமந்து
ஆடவர் காலை நேரத்தில்
படகில் ஆற்றைக் கடந்து செல்கின்றனர்.

கத்திக் கொண்டிருக்கும் பசுக்களை
ஆற்றில் நீந்தச் செய்து, இடையர்
ஆற்றருகில் உள்ள மேய்ச்சல் நிலங்களுக்கு
ஓட்டிச் செல்கின்றனர்.
களைகள் மிகுதியாக வளர்ந்திருக்கும் தீவில்
நரிகள் ஊளையிட்டுக் கொண்டிருக்கும் இடத்திலிருந்து
அவர்கள் எல்லோரும் மாலையில்
வீடு திரும்பிக் கொண்டிருந்தனர்.

அம்மா, உனக்கு மறுப்பேதும் இல்லையென்றால்,
நான் பெரியவனானதும் இந்தத் துறைமுகத்தில்
படகோட்டியாக வர வேண்டும் என்று விரும்புகிறேன்.
அந்த உயரமான மறுகரைக்குப் பின்னால்
பல விசித்திரமான குளங்கள் மறைந்திருக்கின்றன
என்று அவர்கள் சொல்கிறார்கள்.
மழை பெய்து முடிந்தவுடன்
பிரம்மாண்டமான வாத்துக் கூட்டங்கள் வருகின்றன.

ஆற்றோரங்களில் சுற்றிலும் நாணல் புட்கள் வளர்கின்றன.
அங்கே நீர்ப்பறவைகள் தங்கள் முட்டைகளை இடுகின்றன.
தங்கள் வால்களை ஆட்டிக் கொண்டு வரும்
நீண்ட அலகு கொண்ட பறவை இனம்
தெளிவாய் இருக்கிற மென்மையான சேறில்
தங்கள் காலடித் தடங்களைப் பதித்துச் செல்கின்றன.

வெண்மையான பூக்களைத் தங்கள் கொண்டையிலே
சூடியிருக்கிற உயரமான புற்கள்,
காற்றில் தாங்கள் உருவாக்கும் அலைகளின் மீது
மிதந்து செல்ல நிலவின் ஒளிக்கதிர்களை அழைக்கின்றன.

அம்மா, உனக்கு மறுப்பேதும் இல்லையென்றால்
நான் பெரியவனானதும் படகுகள் புறப்பட்டுச் செல்லும்
இந்தத் துறையில் ஒரு படகோட்டியாக
வர வேண்டும் என்று ஆசைப்படுகிறேன்.
இக்கரைக்கும் அக்கரைக்குமாக
நான் சென்று திரும்பி வருவேன்.
ஆற்றில் குளித்துக் கொண்டிருக்கும்
கிராமத்துச் சிறுவர்களும் சிறுமிகளும்
என்னை வியப்புடன் பார்ப்பார்கள்.
சூரியன் உச்சி வானத்திற்கு ஏறும் போது -
காலைப் பொழுது மெல்ல மெல்லத் தேய்ந்து
நண்பகலுக்கு வரும் போது -
நான் உன்னிடம் ஓடி வந்து சொல்வேன்:
"அம்மா எனக்குப் பசிக்கிறது"
நாள் முடியும் பொழுது,
நிழல்கள் மரங்களுக்குக் கீழே கூனிக்குறுகும் பொழுது,
அந்திப் பொழுதில் நான் திரும்பி வருவேன்.
நகரத்திற்குச் சென்று பணி புரியும்
அப்பாவைப் போல
ஒரு நாளும் நான் உன்னை விட்டுப் போக மாட்டேன்.

அம்மா, உனக்கு மறுப்பேதும் இல்லையென்றால்
படகுகள் புறப்பட்டு மிதந்து செல்லும்
இந்தப் படித்துறையில்
ஒரு படகோட்டியாக வேண்டும்
என்று நான் ஆசைப்படுகிறேன்.

22. மலர்களின் பள்ளிக்கூடம்

சூறாவளித் தன்மையுடைய மேகம்
வானில் தொடர்ந்து
இடி முழக்கத்தை ஏற்படுத்திக் கொண்டிருக்கிறது!

ஆனி மாதத்து மழைத்தூவல் பூமிக்கு வருகிறது
மூங்கில் மரங்களுக்கு இடையே
தன் இசைக்கருவி கொண்டு
இசையை ஊதி முழக்க -

ஈரப்பசையுடன் கிழக்கின் **பொங்கர் காற்று,
தரிசுநிலத்தின் மீது அணி வகுத்து வருகிறது.
எங்கிருந்து வருகின்றது என்று
யாரும் அறியா வண்ணம்
திடீரென்று மலர்க் கூட்டங்கள் முகிழ்த்து,
பெருமகிழ்ச்சியுடன் புற்களின் மீது நடனமாடுகின்றன.

அம்மா, நான் நினைக்கிறேன் அந்த மலர்கள்
ரகசியமாகப் பள்ளிக்கூடம் செல்கின்றன என்று!

கதவை மூடிக் கொண்டு
உள்ளே அவை பாடங்களைப் படிக்கின்றன.
வெளியே வரும் நேரத்திற்கு முன்பாகவே
அவை விளையாட வெளியே வந்து விட்டால்
ஆசிரியர் அவற்றை ஒரு மூலையில்
நிற்க வைத்து விடுகிறார்.

மழை வரும் போது அவற்றிற்கு
விடுமுறை நாட்களாக இருக்கும்!

காடுகளில் மரக்கிளைகள் ஓசையோடு
பலமாக முட்டிக் கொள்கின்றன.

சூறைக்காற்றில் இலைகள் உரசிக் கொண்டு
சலசலப்பொலியை உண்டாக்குகின்றன.

இடி முழக்கம் ஏற்படுத்துகின்ற மேகங்கள்
தங்கள் அசுரக் கரங்களைத் தட்டுகின்றன.

மலர்க் குழந்தைகள் இளஞ்சிவப்பு, மஞ்சள்,
வெள்ளை வண்ண உடைகளை அணிந்து
வேகமாகப் பாய்ந்து வெளிவருகின்றனர்.

உனக்குத் தெரியுமா அம்மா,
விண்மீன்கள் இருக்கின்ற வானத்தில் தான்
அவர்களுடைய வீடு இருக்கிறது.
அங்கே செல்ல அவர்கள் ஏன் இவ்வளவு ஆசைப்படுகின்றனர்
என்று பார்த்தாய் அல்லவா?
அவர்கள் ஏன் இவ்வளவு அவசரப்படுகின்றனர்
என்று உனக்குத் தெரியாதா?
நிச்சயமாக என்னால் அனுமானிக்க முடிகிறது.
யாருக்காக அவை தம் கரங்களை உயர்த்துகின்றன என்று!
எனக்கு ஒரு அம்மா இருப்பதைப் போல்
அவர்களுக்கும் அவர்களுடைய அம்மா இருக்கிறாள்!
**கிழக்கிலிருந்து வரும் காற்று -   பொங்கர்

வடக்கு   -   வாடை

தெற்கு   -   தென்றல்

மேற்கு   -   கோடை

23. வணிகன்

கற்பனை செய்து பார் அம்மா!
நீ வீட்டில் இருக்கிறாய்,
நான் பல புதுமையான இடங்களுக்குப்
பயணம் செய்கிறேன் என்று!

சுமைகள் அனைத்தும் ஏற்றப்பட்டு
படகு புறப்படுவதற்குத் தயாராக உள்ளது
என்று கற்பனை செய்து கொள்!

நன்றாக யோசித்துப் பார் அம்மா,
திரும்பி வரும் போது நீ சொல்லாமலேயே
நான் உனக்காக என்ன கொண்டு வருவேன் என்று!
அம்மா, உனக்குக் குவியல் குவியலாகத் தங்கம் வேண்டுமா?
தங்கச் சிற்றாறுகளின் கரையிலே,
வயல்கள் முழுவதும் தங்க அறுவடை நடக்கிறது.

காட்டு வழி நிழலிலே -
சண்பக மலர்கள் தரையில் விழுந்து கிடக்கின்றன.
உனக்காக நான் அவற்றை
நூற்றுக் கணக்கான கூடைகளில் சேகரிப்பேன்.
அம்மா,
இலையுதிர் காலத்தின் மழைத்துளிகளின் அளவு
பெரியதான முத்துக்கள் உனக்கு வேண்டுமா?
நான் முத்துத் தீவின் கரைக்குக் கடந்து செல்வேன்.
ஆற்றுநீர்வளத் தாழ்ந்த பகுதிகளின் பூக்களின் மேல்
ஒளி முத்துக்கள் நடுங்கிக் கொண்டிருக்கின்றன.
புல்லின் மீது நீர் முத்துக்கள்!

கடலின் அசுர அலைகள் வீசித் தெளித்த
முத்துக்கள் மணல் மீது சிதறிக் கிடக்கின்றன.
மேகங்களினூடே பறந்து செல்ல,
சிறகுகளை உடைய இரண்டு குதிரைகள்
என் சகோதரனுக்காக இருக்கும்!

அப்பாவிற்கு ஒரு மாயப் பேனாவைக் கொண்டு வருவேன்.
அவருக்குத் தெரியாமலேயே
அது தானாக எழுதிக் கொள்ளும்.
அம்மா,
உனக்காக என்னிடம் ஒரு சிறுநகைப் பெட்டி இருக்கும்.
அதில் ஏழு அரசர்களின் அரசாட்சிக்கு
உட்பட்ட நாடுகளின் விலை மதிப்பிற்கு
இணையான நகைகள் இருக்கும்.

24. பரிவு

என் அன்பு அம்மா,

நான் உன் குழந்தையாக இல்லாமல்

ஒரு பூனைக்குட்டியாக இருந்திருந்தால்,

உன் பாத்திரத்திலிருந்து

உணவை எடுத்து உண்ண முயன்றால்

நீ என்னிடம், "வேண்டாம்" என்று சொல்வாயா?

"இங்கிருந்து போ, குறும்புக்கார பூனைக்குட்டியே!"

என்று சொல்லி என்னைத் துரத்துவாயா?

அப்படியானால் போ அம்மா போ!

நீ என்னை அழைக்கும் போது

நான் உன்னிடம் வரவே மாட்டேன்.

நீ எனக்கு இனி மேல் உணவு ஊட்டி விட

அனுமதிக்கவே மாட்டேன்.

என் அன்பு அம்மா,

நான் உன் குழந்தையாக இல்லாமல்

ஒரு சிறிய பச்சைக் கிளியாக இருந்திருந்தால்

நான் பறந்து போகாமல் இருக்க

என்னை சங்கலியால் கட்டி வைப்பாயா?

என்னை நோக்கி உன் விரலை அசைத்து நீ சொல்வாயா,

"என்ன மோசமான, நன்றி கெட்ட ஒரு பறவை இது?

இரவும் பகலும் தொடர்ந்து

அதன் சங்கிலியைக் கடித்துக் கொண்டே இருக்கிறது? "என்று

அப்படியானால் போ, அம்மா போ!

நான் காட்டிற்குள் ஓடிப் போவேன்.

உன் கரங்களில் நீ என்னைத் தூக்கிக் கொள்ள

நான் என்றுமே அனுமதிக்க மாட்டேன்.

25. தொழில்

காலையில் **கண்டாமணி பத்து முறை அடிக்கும் போது -
நான் எங்கள் தெருவின் வழியாகப் பள்ளிக்குச் செல்வேன்.
"வளையல்கள், கண்ணாடி வளையல்கள்" என்று,
வீதியில் கூவி விற்பனை செய்யும்.
விற்பனையாளரை தினமும் சந்திப்பேன்.

எதற்கும் அவர் அவசரப்பட வேண்டியதில்லை,
எந்தத் தெருவிற்கும் போயே ஆக வேண்டும்
என்ற கட்டாயம் இல்லை,
எந்தக் குறிப்பிட்ட இடத்திற்கும் போக வேண்டும்
என்ற கட்டாயம் இல்லை.
வீட்டிற்குத் திரும்பி வர குறிப்பிட்ட நேரம் எதுவும் இல்லை.

"வளையல்கள், கண்ணாடி வளையல்கள் " என்று
கூவிக் கூவி விற்பனை செய்யும் ஒரு விற்பனையாளராக
நான் இருந்திருக்கலாம் என்று ஆசைப்படுகிறேன்.
மதியம் நான்கு மணியாகும்போது
நான் பள்ளியிலிருந்து வீடு திரும்புகிறேன்.
தோட்டக்காரர் நிலத்தைத் தோண்டிக் கொண்டிருப்பதை
அந்த வீட்டின் வாயிற்கதவின் வழியாகப் பார்ப்பேன்.
அவர் தன் மண்வெட்டி கொண்டு
தான் விரும்பிய வேலைகளைச் செய்கிறார்.

புழுதியில் வேலை செய்து
தன் ஆடையில் மண்ணாக்கிக் கொள்கிறார்.
அவர் வெயிலில் காய்ந்தாலும் மழையில் நனைந்தாலும்
யாரும் அவரைப் பொருட்படுத்துவதில்லை.

தோண்டுவதை யாரும் தடுக்க முடியாதவாறு
தோட்டத்தில் நிலத்தைத் தோண்டும்
ஒரு தோட்டக்காரனாக
நான் இருந்திருக்கலாம் என்று ஆசைப்படுகிறேன்.

இப்பொழுது மாலை நேரம் இருட்டாகிக் கொண்டிருப்பதால்
என் அம்மா என்னைப் படுக்கைக்கு அனுப்புகிறாள்.
என் திறந்த சன்னல் வழியாக, காவல்காரர்
மேலும் கீழும் நடந்து கொண்டிருப்பதைக் காண முடிகிறது.
சாலை இருண்டு ஆள் நடமாட்டமின்றி இருக்கிறது.

ஒற்றை சிவப்புக் கண்ணைத்
தன் தலையில் கொண்டிருக்கும்
ஓர் அரக்கனைப் போல் தெருவிளக்கு நின்றிருக்கிறது.

காவலாளி விளக்குக் கூண்டை ஆட்டிக் கொண்டு
அவன் நிழல் அவனுக்குப் பக்கத்தில்
விழுமாறு நடந்து கொண்டிருக்கிறான்.
அவன் வாழ்க்கையில் படுக்கைக்கு
ஒரு நாளும் சென்றதில்லை.

நிழலைத் தொடரும் விளக்குக் கூண்டுடன்
தெருவில் இரவு முழுவதும் நடக்கின்ற
ஒரு காவலாளியாக நான் இருந்திருக்கலாம் என்று
ஆசைப்படுகிறேன்!

** கண்டாமணி - அடித்தால் தொடர்ந்து ஒலி உண்டாக்கும் உலோகமணி

26. உயர்ந்தவர்

அம்மா,
உன் குழந்தை முட்டாளாக இருக்கிறாள்
நகைக்கத்தக்க விதத்தில்
சிறுபிள்ளைத் தனமாக அவள் நடந்து கொள்கிறாள்.
தெருவிளக்குகளுக்கும் விண்மீன்களுக்கும்
வித்தியாசம் தெரியவில்லை!

நாங்கள் கூழாங்கற்களை வைத்து
உண்ணுவது போல் விளையாடும் பொழுது,
அவை உண்மையான உணவென்று நினைத்து
அவற்றை வாயில் போட முயற்சி செய்கிறாள்.

அவளுக்கு முன்னால் ஒரு புத்தகத்தை விரித்து வைத்து
ஏ, பி, சி எழுத்துக்களைக் கற்கச் சொன்னால்
அவள் கையால்
சில ஏடுகளைக் கிழித்து எறிகிறாள்!
ஒன்றுமில்லாததற்கு மகிழ்ச்சிக் கூக்குரலிடுகிறாள்.

இதுதான் உன் குழந்தை பாடங்களைப் படிக்கும் அழகு!
அவளைப் பார்த்துக் கோபத்தில்
நான் தலையசைத்துத் திட்டும் பொழுது,
குறும்புக்காரி என்று சொல்லும் பொழுது,
அவள் ஏதோ வேடிக்கைப் பேச்சைக் கேட்பதாக
நினைத்துச் சிரிக்கிறாள்.

எல்லோருக்கும் தெரியும் -
அப்பா வெளியில் சென்றிருக்கிறார் என்று!

விளையாட்டிற்காக
நான் உரக்க, "அப்பா" என்று அழைத்தால்
அப்பா அருகில் இருப்பதாக நினைத்து வியப்புடன் பார்க்கிறாள்.

சலவைத் தொழிலாளி துணிகளை எடுத்துச் செல்ல
ஓட்டி வரும் கழுதைகளை வைத்து
நான் வகுப்பு எடுப்பதாக பாவனை செய்யும் பொழுது,
நான் ஒரு பள்ளி ஆசிரியர் என்று அவளை எச்சரிக்க,
காரணமேதுமின்றி அவள்
திடிரென்று கூச்சலிட்டு அலறி
என்னை "அண்ணா" என்று அழைக்கிறாள்.

உன் குழந்தை நிலவைப் பிடிக்க விரும்புகிறாள்.
மிகவும் வேடிக்கையானவள்.
கணேசை, காணுஷ் என்று கூப்பிடுகிறாள்.
அம்மா!
உன் குழந்தை ஒரு முட்டாள்,
நகைக்கத்தக்க விதத்தில்
சிறு பிள்ளைத்தனமாக அவள் நடந்து கொள்கிறாள்!

27. சிறிய வயதுப் பெரிய மனிதன்

நான் உயரமில்லாதவனாக இருக்கிறேன்.
ஏனெனில் நான் ஒரு சிறிய குழந்தை!
என் தந்தையின் வயதை அடையும் பொழுது
நானும் பெரியவனாக இருப்பேன்.

என் ஆசிரியர் வந்து சொல்வார்:
"நேரமாகிவிட்டது. உன்னுடைய பலகையையும்
புத்தகங்களையும் கொண்டு வா".
நான் அவரிடம் சொல்வேன்:
"நான் என் தந்தையைப் போல பெரியவனாகி விட்டேன்.
என்று உங்களுக்குத் தெரியாதா?
இனிமேல் நான் பாடங்களைப் படிக்கக் கூடாது".

என் ஆசிரியர் அதிசயப்பட்டுக் கூறுவார்.
"உன் தந்தை விரும்பினால் புத்தகங்களைப்
படிக்காமல் எடுத்து வைத்து விடலாம்.
ஏனெனில் அவர் பெரியவராகி விட்டார்".

நானே உடையணிந்து கொண்டு
கூட்டம் அதிகமாக இருக்கும்
பொருட்காட்சிக்கு நடந்து செல்வேன்.
என் மாமா வேகமாக ஓடி வந்து என்னிடம் சொல்வார்:
"கூட்டத்தில் நீ காணாமல் போய் விடுவாய் என் குழந்தாய்,
நான் உன்னைக் கூட்டிச் செல்கிறேன்".

நான் பதில் கூறுவேன்:
"நீங்கள் பார்க்கவில்லையா மாமா,

நான் அப்பாவைப் போல பெரியவனாகி விட்டேன்.
நான் பொருட்காட்சிக்குத் தனியாகத் தான் போவேன்".
மாமா சொல்வார்,
"ஆமாம், அவர் எங்கு செல்ல விரும்பினாலும் செல்ல முடியும்,
ஏனெனில் அவர் வளர்ந்து விட்டார்".

நான் என் தாதிக்குப் பணம் கொடுக்கும் போது
அம்மா குளித்து விட்டு வெளியில் வருவாள்.
எனக்குத் தெரியும், சாவியைக் கொண்டு
பெட்டியை எப்படித் திறப்பதென்று!
அம்மா சொல்வாள்:
"என்ன செய்யப் போகிறாய், என் குறும்புக்காரக் குழந்தாய்"
நான் அவளிடம் சொல்வேன்:
"அம்மா, உனக்குத் தெரியாதா,
நான் அப்பாவைப் போல பெரியவன்!
நான் என் தாதிக்கு வெள்ளி நாணயங்கள் கொடுக்க வேண்டும்".

அம்மா தனக்குத் தானே சொல்லிக் கொள்வாள்:
"அவர் யாருக்கு வேண்டுமானாலும் பணம் தரலாம்.
ஏனெனில் அவர் பெரியவராகி விட்டார்"

அக்டோபர் மாதத்து விடுமுறைக் காலத்தில்
அப்பா வீட்டிற்கு வருவார்.
நான் இன்னும் சிறு குழந்தை என்று நினைத்துக் கொண்டு,
பட்டணத்திலிருந்து சிறிய காலணிகளையும்,
சிறிய பட்டுச் சட்டைகளையும் எனக்காகக் கொண்டு வருவார்.
நான் சொல்வேன்:

"அப்பா, நானும் உங்களைப் போல பெரியவனாகி விட்டதால்
அவற்றையெல்லாம் என் பெரிய அண்ணாவிற்குக் கொடுங்கள்".
அப்பா சிந்தனையோடு சொல்வார்:
"அவர் விரும்பினால் தனக்குத் தேவையான உடைகளை
அவரே வாங்கிக் கொள்வார்.
ஏனெனில் அவர் வளர்ந்து விட்டார்".

28. பன்னிரண்டு மணி

அம்மா,
இப்பொழுது நான் என் பாடங்களையெல்லாம்
தள்ளி வைக்க வேண்டும்.
காலையிலிருந்து நான்
என் புத்தகங்களைப் படித்துக் கொண்டிருக்கிறேன்.
நீ சொல்கிறாய், பன்னிரண்டு மணிதானே ஆகிறது என்று!
ஒரு வேளை, இன்னும் தாமதமாகவில்லை என்றால்,
இப்பொழுது மதியம் ஆகிவிட்டது என்று
நினைக்கவே மாட்டாயா?
வெறும் பன்னிரண்டு மணி தானே
என்று தான் சொல்வாயா?

சூரியன் நெல்வயலின் விளிம்பை அடைந்து விட்டான்.
வயதான அந்த செம்படவப் பெண்
தன் இரவு உணவுக்காக வயலோரத்தில் உள்ள
கீரைகளை சேகரித்துக் கொண்டிருக்கிறாள் என்பதை
எளிதாக என்னால் இப்பொழுது கற்பனை செய்ய முடிகிறது!
என் கண்களை மூடி நினைத்துப் பார்க்க முடியும்!
வெள்ளெருக்கு மரத்தின் கீழே
இருள் அடர்ந்து கொண்டிருக்கிறது.
குளங்களில் ஒளிர்ந்து கொண்டிருக்கும் நீர்
கறுப்பு நிறத்தில் உள்ளது!
இரவில் பன்னிரண்டு மணி வர முடியும்.
பன்னிரண்டு மணியாகும் போது
ஏன் இரவு வர முடிவதில்லை?

29. எழுத்துரிமை

அப்பா பெரும் அளவில்
புத்தகங்களை எழுதிக் கொண்டிருக்கிறார் என்று நீ சொல்கிறாய்.
ஆனால் அவர் என்ன எழுதுகிறார் என்று எனக்குப் புரியவில்லை.
மாலை நேரங்களிலெல்லாம் அவர் உனக்குப் படித்துக் காட்டுகிறார்.
ஆனால் அவர் என்ன சொல்ல வருகிறார்
என்பதை உன்னால் புரிந்து கொள்ள முடிகிறதா?
எவ்வளவு நல்ல கதைகளை உன்னால்
எங்களுக்குச் சொல்ல முடிகிறது அம்மா!
ஏன் அப்பாவால் அது போன்று எழுத முடியவில்லை?
என்று நான் அதிசயக்கிறேன்.

அவர் தன்னுடைய அம்மாவிடமிருந்து
அரக்கனுடைய கதைகளையும், தேவதைகள்,
இளவரசிகள் பற்றிய கதைகளையும் கேட்டதே இல்லையா?
அவற்றையெல்லாம் அவர் மறந்து விட்டாரா?
எப்பொழுதாவது அவர் குளிக்கத் தாமதமாகும் பொழுது
நீ நூறு முறை அவரிடம் சென்று கூப்பிட வேண்டியிருக்கும்!
நீ அவருக்கான உணவை
சூடாக வைத்துக் கொண்டு காத்திருப்பாய்!

ஆனால் அவர் எழுதிக் கொண்டே இருந்து மறந்து விடுவார்.
புத்தகங்கள் எழுதுவதில் விளையாட்டுக் காட்டுகிறார் அப்பா!

எப்பொழுதாவது அப்பாவின் அறையில்
நான் விளையாடப் போனால் கூட,
நீ வந்து என்னிடம் சொல்கிறாய்:
"என்ன ஒரு குறும்புக்காரக் குழந்தை" என்று!
நான் ஒரு சிறிய சத்தம் எழுப்பினால் கூட நீ சொல்கிறாய்:

"அப்பா தன் வேலையைச் செய்து கொண்டிருப்பதை
நீ காணவில்லையா?"

எப்பொழுதும் -
எழுதுவது, எழுதுவது என்று என்ன ஒரு வேடிக்கை
இது? அப்பாவின் பென்சிலையோ பேனாவையோ எடுத்து
அவர் புத்தகத்தில் நான் ஏ, பி, சி, டி, இ, எஃப்,
ஜி, எச், ஐ என்று எழுதும் போது,
நீ ஏன் குறுக்கிடுகிறாய் அம்மா?
அப்பா எழுதும் போது நீ
ஒரு வார்த்தை கூட சொல்வதில்லை.
அப்பா தாள்களை வீணாக்கிக் குவிக்கும் போது,
நீ அதைக் கண்டு கொள்வதாகவே தெரியவில்லை.
ஆனால் நான் ஒரே ஒரு தாளை
படகு செய்வதற்காக எடுக்கும் போது நீ சொல்கிறாய்:
"குழந்தை! நீ எவ்வளவு தொல்லை கொடுக்கிறாய்" என்று!

அப்பா வீணாக்கிய தாள்களைப் பற்றியும்,
இரண்டு பக்கங்களிலும் கறுப்பு மை
அடையாளங்களையும் கொண்ட தாள்களைப் பற்றியும்
நீ என்ன நினைக்கிறாய்?...

30. மோசமான தபால்காரர்

நீ ஏன் அங்கே தரையில்
கவலையுடனும் மௌனமாகவும்
அமர்ந்திருக்கிறாய் என் அன்பு அம்மா?

திறந்திருக்கும் சன்னல் வழியாக மழைநீர்
உள்ளே வந்து கொண்டிருக்கிறது.
உன்னை நனைத்திருக்கிறது,
அதை நீ பொருட்படுத்தவில்லை.
கண்டாமணி நான்கு அடிப்பதை நீ கேட்கிறாயா?
என் சகோதரன் பள்ளியிலிருந்து வீடு திரும்பும் நேரமிது!
உனக்கு என்னவாயிற்று,
இன்று மிகவும் வினோதமாகக் காணப்படுகிறாய்?
இன்று அப்பாவிடமிருந்து ஒரு கடிதம் வரவில்லையா?

இந்த நகரத்தில் கிட்டத்தட்ட அனைவருக்கும்
கடிதங்களைத் தன் பையில் எடுத்துக் கொண்டு
தபால்காரர் வருவதை நான் கண்டேன்!

தான் படிப்பதற்காகவே அப்பாவின் கடிதங்களை மட்டும்
தன்னிடம் வைத்துக் கொள்கிறார்.
நிச்சயமாக எனக்குத் தெரியும் -
இந்தத் தபால்காரர் மோசமானவர்!

ஆனால் அதைக் குறித்து நீ கவலைப்பட வேண்டாம் என் அம்மா,
அடுத்த கிராமத்தில் நாளை சந்தை கூடும் நாள்!
நீ உன் பணிப்பெண்ணை அழைத்துக் கொஞ்சம்
பேனாவும் காகிதங்களும் வாங்கி வரச் சொல்.

அப்பாவின் கடிதங்கள் அனைத்தையும்
நானே எழுதித் தருகிறேன்.
ஒரு பிழை கூட நீ கண்டுபிடிக்க முடியாது.
நான் ஏ முதல் கே வரை எழுதுவேன்.

ஆனால் அம்மா, நீ ஏன் சிரிக்கிறாய்?
நீ நம்ப மாட்டாய்,
அப்பா எப்படி எழுதுகிறாரோ அதே போல்
என்னாலும் அழகாக எழுத முடியும்.

ஆனால் என் காகிதங்களை நான் கவனமாகக் கையாளுவேன்.
எல்லா எழுத்துக்களையும்
அழகாகவும் பெரியதாகவும் எழுதுவேன்.
நான் எழுதி முடித்த பின்,
அப்பாவைப் போல் முட்டாள்தனமாக அதை அந்த
மோசமான தபால்காரர் பையில் போடுவேன் என்று நினைத்தாயா?
தாமதிக்காமல் நானே அதை உன்னிடம் எடுத்து வருவேன்.
நான் எழுதியதை நீ படிக்க ஒவ்வொரு எழுத்தும் உதவி செய்யும்.

உண்மையிலேயே நயமுடைய கடிதங்களை
உனக்குத் தர தபால்காரர் விரும்புவதில்லை.

31. வீரன்

அம்மா,

நாம் பயணம் செய்தவாறே

ஓர் அறிமுகமில்லாத ஆபத்தான நாட்டைக் கடப்பதாகக்

கற்பனை செய்து பார்க்கலாம்!

நீ ஒரு பல்லக்கில் பயணம் செய்து கொண்டிருக்கிறாய்.

நான் ஒரு சிவப்புக் குதிரை மீதேறி

துரிதமாக உனக்குப் பக்கத்தில் வந்து கொண்டிருக்கிறேன்.

மாலையில் சூரியன் கீழே இறங்கிக் கொண்டிருக்கிறான்.

பெரிய இரட்டைக் குளங்களின் கழிவுகள்

மோசமாக, சாம்பல் நிறத்தில் எங்கள் முன் கிடந்தது.

பூமி முற்றிலும் வெறுமையாக, தரிசாக இருந்தது.

நீ அச்சத்துடன் நினைத்துக் கொள்கிறாய், -

"எங்கே வந்திருக்கிறோம் என்று எனக்குத் தெரியவில்லை".

நான் உன்னிடம் சொல்கிறேன்:

"அம்மா பயப்படாதே"

ஆற்றின் தாழ்ந்த பகுதி, விரைப்பாய்க் குத்தி நிற்கின்ற

புற்களால் கூர்மையுடையதாக இருக்கிறது.

அதன் வழியாக தொடர்ச்சி இல்லாமல் நின்று போன

குறுகிய வழித்தடம் ஒன்று செல்கிறது.

அந்தப் பரந்த விளைச்சல் நிலத்தில்

ஆடு மாடுகள் எதுவும் காணப்படவில்லை.

கிராமத்தில் உள்ள

தங்கள் கொட்டகைக்குள் அவை சென்றுவிட்டன.

வானம் மங்கிக் கொண்டிருக்கிறது.

பூமி இருண்டு கொண்டிருக்கிறது.

நாம் எங்கே செல்கிறோம் என்று நம்மால் சொல்ல முடியாது
திடீரென்று நீ என்னை அழைத்துத் தாழ்ந்த குரலில் கேட்டாய்:

"ஆற்றங்கரையில் என்ன வெளிச்சம் அது?",
அந்தக் கணம் அங்கே அச்சத்தைத் தோற்றுவிக்கின்ற
ஒரு கூக்குரல் கேட்கிறது.
உருவங்கள் நம்மை நோக்கி ஓடி வருகின்றன.
நீ பயத்தால் உடலைக் குறுக்கிக் கொண்டு
சிவிகையினுள் பதுங்கினாய்,
தெய்வங்களின் பெயர்களை மீண்டும் மீண்டும் கூறிப்
பிரார்த்தனை செய்தாய்.
சிவிகையைச் சுமந்து வந்தோர்,
பயத்தில் நடுங்கி
முட்புதருக்குள் தங்களை மறைத்துக் கொண்டனர்.
உன்னைப் பார்த்துக் கூவினேன்:
"அச்சப்படாதே அம்மா, இதோ நான் இருக்கிறேன்"

நீண்ட கழிகளைக் கையில் பிடித்துக் கொண்டு
தலையைச் சுற்றிலும்
அடர்ந்து நீண்டு வளர்ந்திருந்த
விகாரமான முடிகளுடன்
அவர்கள் நெருங்கி நெருங்கி வந்து கொண்டிருந்தனர்.
நான் கூவினேன்:
"எச்சரிக்கையாக இருங்கள் **கலதிகளே!
ஒரடி முன்னால் வைத்தால் நீங்கள் பிணமாகி விடுவீர்கள்".

மீண்டும் ஒரு அச்சக்குரல் எழுப்பி
விரைந்து முன்னேறி வருகின்றனர்.
என் கையை இறுக்கப் பிடித்துக் கொண்டு சொல்கிறாய்:
"அன்பு மகனே, தெய்வத்தின் பொருட்டுக் கூறுகிறேன்,
அவர்களிடமிருந்து விலகி இரு".

"அம்மா, நான் என்ன செய்கிறேன் என்று மட்டும் கவனி",
குதிரை நான்கு கால் பாய்ச்சலில் மூர்க்கத்தனமாகப் பாய,

குதி முள்ளால் குதிரையைக் குத்தி வேகப்படுத்தினேன்.
வாளும் கேடயமும் ஒன்றோடொன்று மோதிக் கொண்டன.
சண்டை மிகவும் அதிகமாகி
அச்சுறுத்தும் அளவிற்குப் போகிறது.
"அம்மா, அது உன்னை பயத்தில் நடுங்க வைக்கும்,
அதனால் சிவிகைக்குள் உட்கார்ந்து பார்"

அவர்களுள் பலர் பறந்து போய் விட்டார்கள்
பலரும் துண்டு துண்டாய்ப் போனார்கள்.
எனக்குத் தெரியும்,
நீ தனியாக உட்கார்ந்து சிந்தித்துக் கொண்டிருப்பாய்!
இந்நேரம் உன் மகன்
நிச்சயமாக இறந்து போயிருப்பான் என்று!
உடம்பெல்லாம் இரத்தக் கரைகளுடன்
நான் உன் முன்னால் வந்து சொல்கிறேன்:
"அம்மா சண்டை இப்போது முடிந்துவிட்டது".

நீ வெளியில் வந்து என்னை முத்தமிடுகிறாய்,
உன் இதயத்தோடு சேர்த்து இறுக்கிப் பிடிக்கிறாய்,
உனக்கு நீயே சொல்லிக் கொள்கிறாய்:
"என் பாதுகாப்பிற்கு வழித்துணையாய்
என் மகன் வராமல் இருந்திருந்தால்,
நான் என்ன செய்திருப்பேன் என்று தெரியவில்லை"

ஒவ்வொரு நாளும் ஆயிரக்கணக்கான
பயனற்ற நிகழ்ச்சிகள் நடைபெறுகின்றன.

எதிர்பாராத வகையில் தற்செயலாக
அப்படி ஒரு செயல் உண்மையாக ஏன் நிகழக் கூடாது?
இது புத்தகத்தில் வரும் ஒரு கதையைப் போல இருக்கும்.
என் சகோதரன் சொல்வான்: இப்படியும் நடக்க முடியுமா?

நான் எப்பொழுதும் நினைப்பேன் அவன் மென்மையானவன் என்று!
எங்கள் கிராமத்து மக்களெல்லாம்

வியப்புடன் சொல்வார்கள்:

"அந்தப் பையன் அம்மாவுடன்
வந்து சேர்ந்தது என்ன ஒரு நற்பேறு"

Villan	-	**அயோக்கியன்	-	போக்கிரி
		**கலதிகள்	-	நற்றமிழ்

32. முடிவு

நான் போக வேண்டிய நேரமிது!
அம்மா, நான் போகிறேன்!
தனிமையான வைகறையின் நிறம்
வெளுத்துக் கொண்டிருக்கும் நேரம் -
நீ உன் குழந்தைக்காக
உனது கரங்களை நீட்டுவாய் படுக்கையில்,
நான் சொல்வேன்:"குழந்தை அங்கு இல்லை!"

அம்மா நான் போகிறேன்.
மென்மையாக வீசுகின்ற காற்றாக நான் வந்து
உன்னை அன்புடன் நீவிக் கொடுப்பேன்.
நீ குளிக்கும் போது நீரில் சிற்றலைகளாக நான் வந்து
உன்னை முத்தமிடுவேன்,
மீண்டும் முத்தமிடுவேன்!
விரைவாக வருகின்ற இரவில்,
மழை சிறுசிறு துளிகளாக
இலைகளின் மீது வேகமாக விழும் போது
உன் படுக்கையில் என் கிசுகிசுப்பொலியைக் கேட்பாய்.

உன் அறையின் திறந்திருக்கும் சன்னல் வழியாக
வருகின்ற மின்னல் ஒளியுடன்
எனது சிரிப்பும் பிரகாசிக்கும்!
நீ உன் குழந்தையை நினைத்து
பின்னிரவு வரை உன் படுக்கையில்
விழித்துக் கொண்டே படுத்திருக்கும்போது,
நான் விண்மீன்களிலிருந்து உனக்காகப் பாடுவேன்."
"கண்ணுறங்கு அம்மா கண்ணுறங்கு"

சுற்றி வரும் நிலவின் கதிரொளியில்
நான் திருட்டுத் தனமாக
உன் படுக்கையில் ஏறி
நீ உறங்கும் போது
உன் மார்பின் மீது படுத்துக் கொள்வேன்.
நான் ஒரு கனவாய் வருவேன்,
சற்றே திறந்திருக்கும் உன் கண் இமைகளில்
நீ அறியா வண்ணம் உள்ளே நுழைந்து
உன் உறக்கத்தின் ஆழத்திற்குச் செல்வேன்!

நீ கண் விழித்து,
விட்டு விட்டு ஒளி வீசும்
மின்மினிப் பூச்சியைப் போல,
திடுக்கிட்டு சுற்று முற்றும் பார்க்கும் பொழுது,
நான் அந்த இடத்தை விட்டு
இருளுக்குள் மறைந்து விடுவேன்.

புகழ்மிக்க தசமி திருவிழாவில்,
அண்டை வீட்டுக் குழந்தைகள் வந்து
வீட்டில் விளையாடும் பொழுது -
நான் புல்லாங்குழலின் இசையில் உருகிக் கரைந்து
என்றென்றும் உன் இதயத்தின் துடிப்பாய் ஆவேன்.

அன்பான சித்தி தசமி அன்பளிப்புடன் வருவாள் -
அப்பொழுது கேட்பாள், "நம் குழந்தை எங்கே அக்கா?"
அம்மா, நீ அவளிடம் மென்மையாக இவ்வாறு கூறுவாய் -
"அவன் என் கண்மணிகளில் இருக்கிறான்,
அவன் என் உடலிலும் ஆன்மாவிலும் இருக்கிறான்".

33. திரும்ப அழை

அவள் அங்கிருந்து சென்ற பொழுது

இருள் மிகவும் கடுத்திருந்தது.

அவர்கள் உறங்கி விட்டார்கள்.

இரவின் இருள் இப்பொழுது அடர்ந்திருந்தது.

நான் அவளை அழைத்தேன், "திரும்பி வா, என் அன்பே;

உலகம் உறங்கிக் கொண்டிருக்கிறது.

விண்மீன்கள் விண்மீன்களை வியப்புடன் பார்த்துக் கொள்கின்றன.

ஒரு கணம் நீ வந்து போனால் யாருக்கும் தெரியாது".

வசந்த காலம் தொடங்கிய பொழுது,

மரங்கள் மொட்டு விட்ட பொழுது அவள் சென்று விட்டாள்.

இப்பொழுது மரங்களெல்லாம் பூத்துக் குலுங்குகின்றன.

நான் அழைத்தேன் -

திரும்பி வா, என் அன்பே;

குழந்தைகள் தம் கவலையற்ற விளையாட்டில்

பூக்களைச் சேகரித்து அவற்றை மீண்டும் தூவுகிறார்கள்.

நீ வந்து ஒரு சிறிய மலரை எடுத்துக் கொண்டால்,

யாருக்கும் அது ஒரு இழப்பாகாது".

விளையாடுபவர்கள் எல்லாம் இன்னும்

விளையாடிக் கொண்டே இருக்கிறார்கள்.

அப்படி வீணே செலவழிப்பது தான் வாழ்க்கை

அவர்களுடைய வீண்பேச்சை கவனித்துக் கொண்டு அழைக்கிறேன்.

"திரும்பி வா, என் அன்பே,

அன்னையின் இதயத்தில்

அதன் விளிம்பு வரை அன்பு நிறைந்திருக்கிறது.

நீ வந்து அவளிடமிருந்து

ஒரே ஒரு முத்தத்தைப் பறித்தெடுத்தால்

யாரும் அதற்காக உன்னை ஏச மாட்டார்கள்".

34. மல்லிகைப் பூக்கள்

ஆ, இந்த மல்லிகைப் பூக்கள்!
வெண்மையான மல்லிகைப் பூக்கள்!

நான் என் கைகள் நிறைய
இந்த மல்லிகைப் பூக்களை,
இந்த வெண்மையான மல்லிகைப் பூக்களை
நிறைத்த அந்த முதல் நாளை
மீண்டும் நினைத்துப் பார்க்க வேண்டும்
என்று எனக்குத் தோன்றுகிறது.

நான் இந்த சூரிய ஒளியையும்,
வானத்தையும்
பசுமையான பூமியையும் நேசித்திருக்கிறேன்.
ஓடுகின்ற ஆற்றின்
இனிமையான முணுமுணுப்பை
நள்ளிரவின் கூரிருட்டினூடே நான் கேட்கிறேன்.
ஒரு மணப்பெண் தன் காதலனை ஏற்றுக் கொள்வதற்காகத்
தன் முகத்திரையை விலக்கிக் கொள்வதைப் போல
இலையுதிர் காலத்தின் அந்தி நேரங்கள்
தனித்து விடப்பட்ட சாலையின் வளைவிலே
எனக்காக வந்தன.
இருப்பினும்,
நான் குழந்தையாக இருந்த பொழுது
முதல் மல்லிகைப் பூக்களை
நான் என் கையில் எடுத்த நினைவுகள்
இப்பொழுதும் இனிமையாக இருக்கின்றன.

மகிழ்ச்சியான நாட்கள் பல
என் வாழ்க்கையில் வந்திருக்கின்றன.
திருவிழாவின் இரவுகளில்
மகிழ்சிக் கொண்டாட்டம் போடுபவர்களைக் கண்டு
நான் சிரித்திருக்கிறேன்.

மழைக்காலத்து மங்கிய காலைப் பொழுதுகளில்
பல பொருளற்ற பாடல்களை
சொற்களின்றி வெறும் ஒலியால் பாடியிருக்கிறேன்.

நேசக்கரத்தால் உருவாக்கப்பட்ட
மாலை நேரத்து மகிழம்பூ மாலையை
என் கழுத்தைச் சுற்றி அணிந்திருக்கிறேன்.

இருப்பினும் நான் குழந்தையாக இருந்த போது
என் கரங்களை நிறைத்திருந்த
வெண்மையான முதல் மல்லிகைப் பூக்களின் நினைவில்
என் இதயம் இனிமையாய் இருக்கிறது!

35. ஆலமரம்

ஓ, ஆலமரமே!
தலையில் நீண்ட முரட்டு முடிகளுடன்
குளக்கரையில் நின்று கொண்டிருக்கும் நீ!

உன் கிளைகளில் கூடுகட்டி வாழ்ந்து,
பின் உன்னை விட்டுப் பறந்து விட்ட
பறவைகளை மறந்து விட்டது போல்
இந்தச் சிறு குழந்தையையும் மறந்து விட்டாயா?

நிலத்திற்குக் கீழே மூழ்கிப்போகும் உனது
சிக்கலான வேர்களைக் கண்டு நான் வியக்கிறேன்!

பெண்கள் தங்கள் குடங்களை நிறைத்துக் கொள்ள
குளத்திற்கு வருவார்கள்.
விழித்துக் கொள்ள முயற்சி செய்யும் உறக்கத்தைப் போல,
உனது கரிய பெரிய நிழல்
குளத்து நீரில் நெளிந்து கொண்டிருக்கும்.
பொன்னான திரைச்சீலை நெய்யும் தறியில்
குறுக்கு நூலிழையை
தொடர்ந்து எடுத்துச் செல்லும் சிறு கருவியைப் போல,
சூரிய ஒளி சிற்றலைகளின் மீது நடனமாடுகின்றன!

களைமண்டிய குளத்தின் ஓரத்தில்
தங்கள் நிழல்களின் மீது
இரண்டு வாத்துகள் நீந்திக் கொண்டிருந்தன.
குழந்தை அசையாமல் உட்கார்ந்து
சிந்தித்துக் கொண்டிருந்தது!

காற்றாக மாறி சலசலப்பொலி உண்டாக்கும்
உனது கிளைகளினூடே
வீசி அடித்துக் கொண்டு போகவும் -
உனது நிழலாக இருந்து,
நீரின் மீது நகர்ந்து கொண்டே இருக்கும் பொழுதுடன்
நீண்டு கொண்டே போகவும்,
உனது உச்சிக் கொம்பில் உட்கார்ந்து கொண்டிருக்கும்
ஒரு பறவையைப் போலவும்,
நாணல் மண்டிய குளத்தின் ஓரத்தில்
நிழல்களின் மீது மிதந்து செல்லும் அந்த
வாத்துக்களைப் போலவும் அவன் இருக்க ஏங்குகிறான்!

36. வாழ்த்துதல்

இந்தச் சின்னஞ்சிறிய இதயத்தை வாழ்த்துங்கள்!
இந்தக் கள்ளங் கபடமற்ற ஆன்மா,
விண்ணுலகத்தின் முத்தத்தை
நம் மண்ணுலகிற்காகப்
போராடி வென்றிருக்கிறது!

அவன் சூரியனின் ஒளியை நேசிக்கிறான்!
தன் அம்மாவின் முகத்தோற்றத்தை நேசிக்கிறான்.

புழுதியை இழிவாகக் கருதவும்,
பொன்னைப் பெரிதும் விரும்பவும் அவன் கற்கவில்லை.
உங்கள் மார்போடு இறுகத் தழுவி அவனை வாழ்த்துங்கள்.

நூறு குறுக்குச் சாலைகள் உள்ள
இந்த இடத்திற்கு வந்திருக்கிறான்.
இந்தக் கூட்டத்தில் அவன் உங்களை
எப்படித் தேர்ந்தெடுத்தான் என்று தெரியவில்லை
உங்கள் வாயிலுக்கு வந்து,
உங்கள் கரத்தை இறுகப் பிடித்துக் கொண்டு,
தான் செல்ல வேண்டிய வழியைக் கேட்கிறான்.

மனதில் சற்றும் ஐயமின்றி
அவன் பேசிக் கொண்டும் சிரித்துக் கொண்டும்
உங்களைப் பின் தொடர்வான்.
அவனுடைய நம்பிக்கையை மனதில் வைத்து,
அவனை சரியான பாதையில் வழி நடத்துங்கள்!
அவனை வாழ்த்துங்கள்!

உங்கள் கையை அவன் தலை மீது வைத்து,
பிரார்த்தனை செய்யுங்கள்!

அடிப்பகுதியில் உள்ள அலைகள்
அச்சுறுத்தும் அளவிற்குப் போனாலும்,
மேல் பகுதியில் உள்ள காற்று வந்து
அவன் பாய்களை நிறைத்து
அமைதியின் விண்ணுலகத்திற்கு
நீரில் மிதந்து செல்ல வைக்கட்டும்!

37. பரிசு

உலகமெனும் நீரோட்டத்தில்
நாம் மிதந்து சென்று கொண்டிருப்பதால்,
நான் உனக்கு ஏதேனும் தர விரும்புகிறேன் குழந்தாய்!

நமது வாழ்க்கை தனித்தனியாக பிரிந்து போகும்.
நமது நேசம் மறக்கப்பட்டு விடும்.

என்னுடைய பரிசுப்பொருட்களால்
உன்னுடைய இதயத்தை
விலைக்கு வாங்க முடியும் என்று நம்பும் அளவிற்கு
நான் முட்டாளல்ல!

நீ வாழ்க்கையின் இளமைப்பருவத்தில் இருக்கிறாய்
உன் வாழ்க்கைப்பாதை நீண்டது.
உனக்காக நாங்கள் கொண்டு வரும் அன்பை
ஒரே தடவையில் விழுங்கி விட்டு,
திரும்பி எங்களை விட்டு ஓடிப்போவாய்!

உன்னுடைய விளையாட்டு,
உன்னுடைய விளையாட்டுத் தோழர்களுடனாக இருக்கிறது.
எங்களுடன் நீ விளையாடவோ, எங்களை நினைக்கவோ
உனக்கு நேரமில்லாது போனால்
என்ன குற்றம் நேர்ந்து விடப் போகிறது?
இந்த வயதான காலத்தில்
கழிந்து போன எங்கள் நாட்களை நினைத்துக் கொண்டு,
என்றும் நிலைத்திருக்கக் கூடியவற்றை
எங்கள் உடைமையாக

இதயத்தில் வைத்துப் போற்றிக் கொண்டு
காலத்தைக் கழிக்கப் போதுமான நேரம் நிச்சயமாக உள்ளது!

எல்லாத் தடைகளையும் உடைத்துக் கொண்டு,
ஒரு பாடலுடன் ஆறு வேகமாக ஓடிக் கொண்டிருக்கிறது.

ஆனால் மலையாக ஒரிடத்திலே நிலையாக நின்று
தன் நினைவுகளால் காதலுடன் அவளைத் தொடர்கிறது!

38. எனது பாடல்

நேசிக்கின்ற அன்புக் கரங்கள்
சுற்றி வளைப்பது போல் -
என் குழந்தாய்!
என்னுடைய இந்தப் பாடல்
தன் இசையால் உன்னைச் சுற்றி வளைக்கும்.
ஆசிர்வதித்து முன் நெற்றியில்
முத்தம் தருவதைப் போல் -
என்னுடைய இந்தப் பாடல் உன் முன்நெற்றியைத் தொடும்!
நீ தனிமையில் இருக்கும் போது,
அது உன் பக்கத்தில் உட்கார்ந்து
உன் செவிகளில் ரகசியம் பேசும்!
நீ கூட்டத்தில் இருக்கும் போது
அது உனக்கு வேலியிட்டு உன்னை விலக்கி வைக்கும்!
எனது பாடல் உனது கனவுகளுக்கு
இரண்டு சிறகுகளைப் போல இருக்கும்!
அது உன் இதயத்தை
அறிமுகமில்லாதவற்றின் விளிம்பிற்கே எடுத்துச் செல்லும்!
காரிருள் உனது பாதையின் மேல் கவிந்திருக்கும் போது,
உன் தலைக்கு மேல் நான் ஒரு
நம்பிக்கை விண்மீனாக இருப்பேன்!
எனது பாடல் உன் கண்களின் பாவைகளுக்குள்
அமர்ந்திருக்கும் பொருட்களின் இதயத்திற்குள்
உன் பார்வையை எடுத்துச் செல்லும்!
மரணத்தில் என் குரல் அமைதியாக இருக்கும் போது
இயங்கிக் கொண்டிருக்கும் உன் இதயத்தில்
என் பாடல் பேசும்!

39. குழந்தை தேவதை

அவர்கள் ஆரவாரம் செய்து சண்டையிடுகிறார்கள்.
அவர்கள் சந்தேகப்பட்டு நம்பிக்கை இழக்கிறார்கள்.
அவர்களுடைய சண்டை சச்சரவுகளுக்கு முடிவு தெரியவில்லை.

உனது வாழ்க்கை அவர்களுக்கு நடுவில்
ஒரு தீபத்தின் அனற்கொழுந்து போல் வரட்டும்.
என் குழந்தாய்!

அது அணைந்து போகாமல்
தூய்மையாய்
அமைதியில்
அவர்களை பெருமகிழ்ச்சி அடையச் செய்யட்டும்!

அவர்களுடைய பேராசையாலும்,
அவர்களுடைய பொறாமையாலும்,
அவர்கள் இரக்கமற்றவர்களாக இருக்கிறார்கள்!

அவர்களுடைய சொற்கள் எல்லாம்
குருதிகொண்ட,
மறைத்து வைக்கப்பட்ட கத்திகளைப் போல் இருக்கின்றன!

கோபத்தை வெளிப்படுத்துகின்ற
அவர்களுடைய இதயங்களுக்கு நடுவே சென்று நில் -
என் குழந்தாய்!
சண்டைசச்சரவுடனான
பகல் பொழுதின் மீது விழுகின்ற
மன்னிக்கின்ற மாலைநேரத்து அமைதியைப் போல,

உனது கருணைப் பார்வை அவர்கள் மீது விழட்டும்!
அவர்கள் உன் முகத்தைப் பார்க்கட்டும்,
என் குழந்தாய்!

இதனால் அனைத்தின் பொருள்களையும்
அவர்கள் தெரிந்து கொள்ளட்டும்.

அவர்கள் உன்னை நேசிக்கட்டும்.
இதனால் அவர்கள் ஒருவரை ஒருவர் நேசிக்கட்டும்.

நீ வந்து எல்லையில்லாதவற்றின் நடுவிலே
அமர்ந்து கொள்வாயாக,
என் குழந்தாய்!
மலர்கின்ற ஒரு பூவைப் போல
சூரிய உதயத்தில்
உன் இதயத்தைத் திறந்து உயர்த்தி நிறுத்து!

சூரியன் மறையும் நேரத்தில்,
உன் தலையைக் குனிந்து,
அமைதியில் அந்தநாளின் இறைவணக்கத்தை முழுமையாக்கு!

40. கடைசி பேரம்

"யாரேனும் வந்து என்னை வாடகைக்கு
எடுத்துக் கொள்ளுங்கள்".
கற்கள் பாவப்பட்ட பாதையில்
காலை நேரத்தில்
நான் நடந்து கொண்டிருந்த போது கூவினேன்!

கையில் வாளுடன், அரசன் தன் தேரில் வந்தான்.
"என்னுடைய அதிகாரத்தைக் கொண்டு
நான் உன்னை வாடகைக்கு எடுப்பேன்"என்றான்.
ஆனால் அவனுடைய அதிகாரம்
எதற்கும் உதவாமல் போனது.
தன் தேரில் அவன் சென்று விட்டான்.

வெப்பமான உச்சிப்பொழுதில்
வீட்டின் கதவுகள் எல்லாம் அடைக்கப்பட்டிருந்தன.
வளைந்த தெருவினூடே, நான் அலைந்து கொண்டிருந்தேன்.

தன் பையில் தங்கத்துடன்
வயதான ஒருவர் வந்து கொண்டிருந்தார்.
ஆழ்ந்து சிந்தித்து அவர் சொன்னார்:
"என் பணம் கொண்டு
நான் உன்னை வாடகைக்கு எடுப்பேன்".
ஒவ்வொரு காசாகத் தூக்கிப் பார்த்தார்.
ஆனால் நான் திரும்பிப் போய் விட்டேன்.

அது மாலைப் பொழுது -
தோட்டத்தின் புதர்வேலி முழுவதிலும் பூக்கள் பூத்திருந்தன!

கடையின் பணிப்பெண் வெளியே வந்து சொன்னாள்:
"நான் ஒரு புன்னகையில் உன்னை வாடகைக்கு எடுப்பேன்".
அவளுடைய புன்னகை வெளிறியது,
கண்ணீரில் கரைந்தது.
இருளில் அவள் தனியாகத் திரும்பிச் சென்று விட்டாள்.

சூரிய ஒளி மணலின் மீது மின்னிக் கொண்டிருந்தது.
ஏறுமாறாக இருந்த மணல் மேடுகளை அலைகள் உடைத்தன.
சிப்பிகளை வைத்து ஒரு குழந்தை
விளையாடிக் கொண்டிருந்தது.
என்னைத் தெரிந்தாற்போல் அவன் தலையுயர்த்திச் சொன்னான்:
"எதுவும் இல்லாமல் நான் உன்னை வாடகைக்கு எடுப்பேன்".
அப்பொழுது முதல்,
குழந்தை விளையாட்டில் அந்த பேரம் முடிந்து போனது.
என்னை சுதந்திர மனிதனாக்கியது!